# अतिविचारांवर मात करा

# अतिविचारांवर मात करा

निक ट्रेन्टन

अनुवाद : मीना शेटे-संभू

MANJUL

मंजुल पब्लिशिंग हाउस

*First published in India by*

MANJUL

**Manjul Publishing House**

*Corporate and Editorial Office*
•2nd Floor, Usha Preet Complex, 42 Malviya Nagar,
Bhopal 462 003 – India

*Sales and Marketing Office*
•C-16, Sector 3, Noida, Uttar Pradesh 201301 – India
Website: www.manjulindia.com

*Distribution Centres*
Ahmedabad, Bengaluru, Chennai, Kochi,
Kolkata, Hyderabad, Mumbai, New Delhi, Pune

Marathi translation of *THE OVERTHINKING CURE*
by Nick Trenton



English rights arranged with PKCS Mind, Inc. through TLL
Literary Agency


Marathi edition first published in 2026

**ISBN 978-93-7317-074-9**

Translated by: Meena Shete-Sambhu

Printed and bound in India by Repro India Limited

# अनुक्रमणिका

१

# सारं काही दृष्टिकोनावरच अवलंबून असतं

## पूर्वसक्रिय विरुद्ध प्रतिक्रियात्मक असणं

*'जीवन हे तुमच्या बाबतीत जे घडतं त्यावर*
*10 टक्के आणि तुम्ही त्याला कशी प्रतिक्रिया देता,*
*त्यावर 90 टक्के अवलंबून असतं.'*

**–जॉन मॅक्सवेल**

जे लोक संयमी, शांत आणि सुसंघटित विचारांचे असतात, त्यांच्याकडे कोणता ना कोणता अनोखा घटक असतो. त्यांच्याकडच्या कोणत्या अनामिक घटकामुळे ते इतके सुसंघटित आणि स्वनियंत्रितपणे वागू शकतात? आपण या घटकाला 'क्ष' घटक असं म्हणू या. दुसरीकडे, अतिचिंतातुर व्यक्ती बेचैन होतात आणि गडबडून, गोंधळून जातात. साहजिकच, त्यांची मनोरचना पूर्णपणे वेगळी असल्याचं स्पष्टपणे दिसून येतं. ही संयमित प्रकारची मनोरचना नेमकी काय असते आणि तुमच्या व्यक्तिमत्त्वात तुम्ही तिची कशी रुजवणूक करू शकता, याचा बारकाईनं विचार करून या पुस्तकाची सुरुवात करू या.

इथेच एक रोचक प्रश्न निर्माण होतो : 'तुमच्या जीवनाला कोण नियंत्रित करतं?'

याची दोन प्रमुख उत्तरं आहेत : एक तर तुमच्या बाबतीत जे घडतं, त्याकरिता तुम्ही इतर कोणाला किंवा कुठल्यातरी गोष्टीला अगर परिस्थितीला जबाबदार धरता किंवा तुमचं जीवन जसं सुरू असतं, त्याकरिता तुम्ही स्वतःलाच प्रामुख्यानं जबाबदार धरता. आपल्या जीवनाला मार्गदर्शन करण्यासाठी आणि आकार देण्यासाठी जे लोक पर्यावरणावर अवलंबून नसतात ते खऱ्या अर्थानं पूर्वसक्रिय (प्रोॲक्टिव्ह - फक्त सक्रिय नव्हे, तर काही घडण्याआधीच कृती करणारे किंवा आधीच तयारी करून ठेवणारे) असतात. असे लोक आपल्या जीवनाची सक्रिय जबाबदारी स्वीकारतात आणि स्वबळावर गोष्टी करतात. त्यांच्या कृतीच्या व्याप्तीवर, त्यांना काय हवं आहे. त्यावर आणि त्या गोष्टी ते कशा प्रकारे प्रत्यक्षात उतरवू शकतील यावर ते लक्ष केंद्रित करतात. साहजिकच, त्यांचा दृष्टिकोन त्यांना समस्या सोडवणुकीच्या आणि संधी शोधण्याच्या मनोरचनेच्या चौकटीत ठेवतो. व्यापकपणे बोलायचं झालं, तर त्यांच्या जीवनमार्गाची निवड करण्याची वेळ आल्यावर असे लोक त्याविषयीचा निर्णय स्वतःच घेतात.

आता या मनोरचनेची दुसऱ्या किंवा विरुद्ध प्रकारच्या मनोरचनेशी, म्हणजेच प्रतिक्रियात्मक मनोरचनेशी तुलना करू या. नावावरूनच सुचवलं जातं त्याप्रमाणे, अशी मनोरचना असलेली व्यक्ती उत्स्फूर्तपणे, सहजपणे, अंगभूत प्रेरणा आणि इच्छा म्हणून नव्हे, तर इतर लोकांच्या कृतीला प्रतिसाद म्हणून किंवा पर्यावरणानुसार कृती करते. ही अधिक निष्क्रिय, अधिक सशर्त आणि अधिक प्रमाणात दुसऱ्यांवर अवलंबून असलेली स्थिती असते. तुम्हाला मनापासून प्रामाणिकपणे काय करण्याची इच्छा आहे यापेक्षाही तुम्ही काय 'केलं पाहिजे' किंवा तुम्हाला काय 'करायला लावलं पाहिजे,' यावर ती मोठ्या प्रमाणात अवलंबून असते. या मनोरचनेत दोषारोप करणं, धरसोडपणा, संदिग्धता, आपण पीडित किंवा बळी ठरत असल्याची भावना, लोकांना खूश करण्याची लाचारी आणि जबाबदारपणाचा अभाव या सगळ्या गोष्टींचा समावेश होतो. इतर लोक तुम्हाला विशिष्ट भावनांची जाणीव करू देऊ शकतात किंवा तुम्हाला एखादी गोष्ट करायला भाग पाडू शकतात, असा या व्यक्तींचा विश्वास असतो.

आता तुम्ही काय विचार करत आहात ते मला नक्कीच माहीत आहे. खरोखरच पूर्वसक्रिय असणं अशक्य आहे असं तुम्हाला वाटत असेल, कारण काहीही झालं तरी आपल्यापैकी कोणाचंही आपल्या जीवनावर

अगदी शंभर टक्के नियंत्रण नसतंच. बरोबर आहे. ही गोष्ट शंभर टक्के खरी आहे. मात्र, पूर्वसक्रिय असणं याचा अर्थ तुम्हाला नेहमीच तुमचा मार्ग सापडलाच पाहिजे असा नाही. ती मनाची अभिमुखता आणि दृष्टिकोन आहे. 'मी चुकांमधून शिकू शकतो. मी माझ्या क्षमतेचा वापर करू शकतो. मी काहीतरी नवीन करून पाहू शकतो', असं हा दृष्टिकोन तुम्हाला सांगतो. खरं तर फलितांवर किंवा परिणामांवर प्रत्यक्षात आपण कधी प्रभाव टाकू शकत नाही, हे पूर्वसक्रिय व्यक्तीला चांगलंच माहीत असतं. अशा वेळी, या व्यक्ती अगदी आरामात आपलं नियंत्रण सोडून देऊ शकतात.

म्हणून पूर्वसक्रिय असणं याचा अर्थ जगाला तंतोतंत तुमच्या इच्छेप्रमाणं तयार करण्याची देणगी तुम्हाला लाभलेली असते आणि तसं करण्यास तुम्ही सक्षम असता असा नाही. पण त्याऐवजी तुमच्या स्वतःच्या कृतीच्या आवाक्याविषयी तुमच्या मनात सचेतन जाणीव असते. तुमच्या जीवनात घडणाऱ्या घटनांवर तुमचं किती प्रमाणात नियंत्रण आहे, त्याची तुम्हाला पूर्ण जाणीव असते. आपल्या जीवनातील घटनांवर आपलं नियंत्रण नाही किंवा आपल्यावर त्यांची जबाबदारी नाही, असं निष्क्रियपणे समजण्यापेक्षा तुम्ही आपल्या समोरच्या अडथळ्यांना आणि चुकांना सक्रियपणे भिडता आणि त्यांना सोडवण्याचा प्रयत्न करता. इथे त्याच्यातून मिळणारं फलित किंवा परिणाम महत्त्वाचा नसतो, तर दृष्टिकोन महत्त्वाचा असतो.

आपल्या कृतींवर, भावनांवर आणि आपल्या अंतर्गत विश्लेषणांवर आपलं संपूर्ण नियंत्रण आहे, हे पूर्वसक्रिय व्यक्तीला माहीत असल्यामुळे ती आपल्या मूल्यांशी सुसंगत असलेल्या प्रत्यक्ष परिस्थितींची निर्मिती करण्याचे प्रयत्न करते. प्रतिक्रियात्मक व्यक्ती शांतपणे अशी आशा करत बसते की, तिच्या मूल्यांशी परिस्थिती आपोआप किंवा कधी ना कधी सुसंगत होतील किंवा इतर लोक त्यांना मदत करतील. जर असं घडलं नाही, तर त्या शांतपणे शोक करत राहतात, नाराज होतात किंवा इतर गोष्टींवर अगर परिस्थितींवर दोषारोप करतात.

पूर्वसक्रिय लोक आपल्या इच्छित स्थितींची जाणीवपूर्वक निर्मिती करतात आणि हे करण्याच्या क्षमता फक्त आपल्याकडेच आहेत हे त्यांना माहीत असतं. याकरिता विचारपूर्वक जागरूकतेत असण्याची, तसंच प्रामाणिकपणा आणि धैर्य व धाडस यांची आवश्यकता असते. याचा अर्थ असाही असतो की, त्यांच्याकडे अपयशी ठरण्याची जोखीम

पेलण्याची परिपक्कताही काही प्रमाणात असावीच लागते. संबंधित अपयशाला फक्त आपणच जबाबदार असू, त्याकरिता इतर कोणावरही दोषारोप करता येणार नाहीत, हे अशा व्यक्तींना माहीत असतं. आता पुन्हा एकदा आपल्या आधीच्या प्रश्नाकडे वळू या. 'तुमचं जीवन कोण नियंत्रित करतं?' ही गोष्ट तुमच्यावर अवलंबून असते. तुमच्या स्वतःच्या जीवनावर स्वतःचं नियंत्रण ठेवण्याची निवड तुम्ही करू शकता किंवा ती निवड तुम्ही इतर कोणाकडे सुपुर्दही करू शकता. यातली महत्त्वाची बाब अशी आहे की, तुमच्यावर कोणीही तुमच्या स्वतःच्या जीवनाची जबाबदारी घेण्याची जबरदस्ती करू शकत नाही. एक तर तुम्ही ती घेता किंवा ती घेण्यात अपयशी ठरता.

आता, अंतर्गत शांततेची रुजवणूक करण्याशी या सगळ्यांचा कसा काय संबंध आहे? तुम्हाला बहुधा अंदाज आलाच असेल त्याप्रमाणे जे लोक शांत आणि संघटित असतात, त्यांचा कल पूर्वसक्रिय मनोरचनेतून कृती करण्याकडे असतो. त्यांच्या मनात शांतता असते, कारण आपल्या स्वतःच्या क्षमतेविषयी आणि पात्रतेविषयी त्यांच्या मनात निश्चिंतता व आत्मविश्वास असतो. परिस्थितींमुळे ते चिंताग्रस्त होत नाहीत, कारण त्या परिस्थितीवर जर कोणाचं नियंत्रण असेल तर ते त्यांचंच आहे हे त्यांना माहीत असतं. त्यांच्या क्षमतेविषयी त्यांच्या मनात यत्किंचितही शंका नसल्यामुळे त्यांना हे माहीत असतं की, त्यांच्याकडे नेहमीच पर्याय असतात. त्यांना नेहमीच त्या पर्यायांची जाणीव असते आणि ते सजगपणे निवडी करतात. अत्यंत वाईट संभाव्य फलितांमधूनही ते नेहमीच उत्तम गोष्टी मिळवू शकतात.

तुम्ही प्रतिक्रियात्मक मनोरचनेचे असाल, तर तुमच्याकडे अशी अंतर्गत सुरक्षितता नसते. तुमची नियती काय असावी हे ठरवण्यासाठी तुम्ही इतरांची प्रतीक्षा करता किंवा निष्क्रियपणे बसून राहता आणि त्यांनी तुमच्यासाठी केलेल्या निवडीविषयी तक्रार करत राहता. ही स्वाभाविकपणेच चिंताजनक परिस्थिती असते. तुम्ही इतर लोकांच्या कृतींच्या दयेवर अवलंबून असता, याहून आणखी तणावपूर्ण परिस्थिती काय असू शकेल? जबाबदारी घेण्याच्या किंवा उपाययोजना शोधण्याच्या तुमच्या स्वतःच्या क्षमतेविषयी तुमच्या मनात शंका असते किंवा तुम्ही तिच्याकडे दुर्लक्ष करता. म्हणूनच दुसऱ्या कोणीतरी तुम्हाला उपाययोजना सुचवेपर्यंत किंवा इतर कुठल्यातरी गोष्टीमुळे त्या तुमच्यासमोर येईपर्यंत तुमच्या समोरच्या समस्येवर कोणतीच

उपाययोजना नाही, असंच तुम्हाला वाटतं. आपण सक्षम असल्याची भावना निर्माण होऊन तुमच्या मनात आशा निर्माण होण्याऐवजी तुम्ही साहजिकच निराशावादी असता आणि नेहमीच पुढे कोणतं संकट किंवा क्लेश वाढून ठेवला आहे, याची धाकधूक मनात बाळगून जगत राहता.

म्हणूनच जर आपल्याला खरोखरच अधिक शांतपणे आणि अधिक आरामात, निवांतपणे राहण्याची इच्छा असेल तर प्रतिक्रियात्मक मनोरचनेऐवजी आपण पूर्वसक्रिय मनोरचनेला आत्मसात केलं पाहिजे. हे कसं काय करता येतं, ते आता पाहू या.

## *दोषारोप आणि तक्रार करणं थांबवा*

**प्रतिक्रियात्मक** : 'या सगळ्या गोष्टी, लोक आणि परिस्थिती यांच्याकडे एक नजर टाका, त्या अगदी मला नकोशा असलेल्याच आहेत.'

**पूर्वसक्रिय** : 'मला नेमकं काय हवं आहे व कोणत्या प्रकारच्या परिस्थिती हव्या आहेत आणि त्यांना माझ्या मनासारख्या करण्यासाठी मला काय करता येईल?'

ज्या वेळी तुम्ही तक्रार करता, त्या वेळी तुम्ही स्वतःला प्रतिक्रियात्मक भूमिकेत ठेवता. स्वतःच्या जीवनाला तुम्ही जबाबदार नाही, असं समजून तुम्ही आपल्या जीवनाचं उत्तरदायित्व इतर कोणावरतरी सोपवता. पूर्वसक्रिय होण्याच्या दिशेनं टाकलेलं एक पाऊल म्हणून पहिल्यांदा तुम्ही तक्रार करण्याची वाईट सवय कठोर सकारात्मकतेनं टाळली पाहिजे. तक्रार करण्यातून कुठलीही चांगली गोष्ट हाती लागत नाही. तुम्ही नाखूश असलेल्या एखाद्या गोष्टीबद्दल कुरकुर केल्यामुळे तुम्हाला थोडं अधिक बरं वाटेल असं तुम्हाला वाटू शकतं; परंतु त्यामुळे तुम्ही स्वतःचीच क्षमता कमी करता किंवा स्वतःला अधिक निर्बल करता. (आणि कदाचित इतरांना भंडावून सोडता, त्यामुळे ते कंटाळून जातात.)

याकरिता थोडीशी जागरूकता आवश्यक असते. तुम्ही कुरकुर करत आहात, रडगाणं गात आहात असं तुम्हाला आढळतं का, याकडे प्रामाणिकपणे लक्ष पुरवा. तसं लक्षात आलं रे आलं की, तिथल्या तिथे ते थांबवा. त्यानंतर स्वतःला एक महत्त्वाचा प्रश्न विचारा :

*'कोणत्या कृती करता येतील यांचा विचार करा'*

असा विचार केल्यामुळे तुम्ही सक्रिय, समस्या सोडवणुकीच्या भूमिकेत शिरता. कोणीतरी येऊन तुम्हाला वाचवेल याची वाट पाहणं थांबवा. तुम्हाला साहाय्यभूत ठरणाऱ्या पद्धतींचा विचार करा. तुम्हाला कृती करणं शक्य असेल तर जरूर करा. तुम्हाला एखादी गोष्ट आवडली नाही, तर ती बदलण्याचं किंवा त्या परिस्थितीपासून दूर राहण्याचं धाडस बाळगा.

या गोष्टीचा पुढील प्रकारे विचार करा : कोणतीही कृती न करणं हीसुद्धा एक निवड असते. तुम्हाला न आवडणाऱ्या परिस्थितीत तुम्ही असलात तर काहीही न करण्याचा काय अर्थ असतो? तुम्हाला कृती करायची नसेल तर काहीच हरकत नाही. तुम्ही तरीसुद्धा पूर्वसक्रियपणे तुमच्या दृष्टिकोनाची निवड करू शकता. तुम्ही मुळीच प्रतिसाद न देण्याची निवड करू शकता. तुम्हाला एखादी परिस्थिती आरामदायक वाटली नाही तर त्याचा अर्थ तुम्ही तक्रार केली पाहिजे किंवा त्याहूनही वाईट गोष्ट म्हणजे त्याकरिता दोषारोप करण्यासाठी इतर कोणालातरी बळीचा बकरा केला पाहिजे असा होत नाही. तुम्ही परिस्थितींविषयी कशी प्रतिक्रिया व्यक्त करता, ही गोष्ट प्रत्यक्ष परिस्थिती कशा असतात त्याहूनही खूपच महत्त्वाची असते.

तुम्हाला कदाचित जागकरूकतेनं कृती करणं किंवा त्या परिस्थितीविषयी फारसं काही करणं शक्य होणार नाही; परंतु तरीही तुम्ही कशावर लक्ष एकवटता, परिस्थितीचा अन्वयार्थ कसा लावता, तुम्ही तुमच्या दृष्टिकोनाशी, बोलत असलेल्या शब्दांशी आणि प्रतिसाद देण्याच्या तुमच्या पद्धतीशी कशी बांधिलकी पत्करता, या संदर्भात तुमच्याकडे भरपूर गोष्टी करण्याची ताकद असेल. तुमच्याकडे नेहमीच पर्याय असतात. मात्र, तुम्ही तक्रार करता, त्या वेळी त्या पर्यायांकडे तुम्ही डोळेझाक करता आणि तुम्हाला मनस्ताप होत आहे, तुम्ही अस्वस्थ झाला आहात किंवा संतप्त झाला आहात या वस्तुस्थितीतच अडकून पडता.

याच कारणामुळे दोषारोप करणंही तितकंच हानिकारक आहे, हे लक्षात घ्या. तुमची स्वतःची नियंत्रणाची शक्ती इतर कोणाकडे तुम्ही का बरं द्यावी? आपण कशाचेतरी बळी ठरलो आहोत, आपण दुर्बल आहोत किंवा दडपले गेलो आहोत, अशी भूमिका स्वीकारल्यामुळे तुम्हाला कदाचित अल्प काळापुरतं बरं वाटू शकेल. परंतु आपण ज्या वेळी इतर लोक काय करतात

याविषयी तक्रार करतो, त्या वेळी आपण एक महत्त्वाची गोष्ट विसरतो. ती म्हणजे आपल्याकडेसुद्धा कृती करण्याचा पर्याय असतो. काही वेळा नकळतपणे तयार झालेल्या अपेक्षांमधून किंवा अधिकारीपणाच्या भावनेतून दोषारोप करण्याची प्रवृत्ती निर्माण होते. आपण कोणावरतरी दोषारोप करत असल्याचं तुमच्या लक्षात आलं, तर प्रामाणिकपणे स्वतःलाच विचारा की, मुळात त्या व्यक्तीची समस्याच नसलेल्या एखाद्या गोष्टीवर तिने उपाययोजना करावी अशी अपेक्षा तर तुम्ही बाळगत नाही ना? ते खरोखरच चुकीच्या बाजूला असले (असं होऊ शकतं) तर तुमच्या संतापण्यामुळे, रागावण्यामुळे तुम्हाला हव्या असलेल्या गोष्टीच्या तुम्ही अधिक जवळ जाऊ शकाल का? आपल्याला हव्या असलेल्या गोष्टी मिळवण्यासाठी आपल्याला हवं तसं वागायला लावण्याकरिता इतरांना नियंत्रित करण्याची गरज नसते, ही जाणीव अतिशय दिलासादायक असते. त्याऐवजी, आपण स्वतः आपल्यासाठी थेट कृती करू शकतो. यामुळे तत्काळ चिंता आणि स्वतःविषयीची शंका दूर होते आणि आपल्याला शांतता मिळवण्यास मदत होते.

## *स्थिरचित्तता आणि एकाग्र चित्ततेनं लवचीकता प्राप्त करण्याची गुरूकिल्ली – जबाबदार व्हा, प्रतिक्रियात्मक नको*

**प्रतिक्रियात्मक** : 'परिवर्तन भीतिदायक आणि धोकादायक असतं, म्हणून मी कोणालातरी शरण जाऊन धोका टाळणं ही गोष्ट अधिक चांगली असेल.'

**पूर्वसक्रियता** : 'मी परिवर्तनाशी लाभदायक स्वरूपात जुळवून घेईन आणि ते ज्या पद्धतींनी मला विकास करून घेण्यास साहाय्य करेल त्या पद्धतींचं मी स्वागत करेन, असा मला आत्मविश्वास वाटतो.'

तुमच्याकडे नेहमीच पर्याय असतात, असं आपण आधीच म्हटलं आहे. काही वेळा तुमच्याकडे खूप पर्याय नसतात किंवा तुमच्याकडे असलेले पर्याय तुम्हाला आवडत नाहीत, हे खरं आहे; परंतु तुम्ही कधीही परिस्थितीचे बळी नसता. तुम्ही नेहमीच प्रगती करून घेऊ शकता आणि तुमच्या अनुभवाची जबाबदारी घेऊ शकता. तुम्ही पूर्वसक्रिय असलात किंवा प्रतिक्रियात्मक असलात तरी तुमच्या जीवनात परिवर्तन घडणारच असतं. जीवन हे परिवर्तनांनी, बदलांनी भरलेलं असतं; परंतु आपण

विविध प्रकारच्या भूमिका घेऊन या परिवर्तनाचा स्वीकार करू शकतो. ज्या वेळी आपण त्याला प्रतिसाद देतो (प्रतिक्रिया नव्हे) त्या वेळी आपल्या सभोवतालच्या लोकांशी आणि वस्तूंशी आपण अतिशय गतिशीलपणे व सजगपणे जोडले जातो. आपल्या स्वतःच्या मूल्यांनुसार आणि तत्त्वांनुसार आपण जीवनाला उत्तर देतो. आपण एखाद्या गुलामाप्रमाणे पर्यावरणाचे आदेश स्वीकारण्याऐवजी किंवा त्याला पूर्णपणे दूर करण्याऐवजी त्याच्यातील घटकांशी संवाद साधतो.

'ठिसूळ गोष्टी नेहमीच वाकण्याच्याआधी मोडून पडतात', अशी एक जुनी इंग्रजी म्हण आहे. याचा अर्थ दुर्बल गोष्टी लवकर मोडतात, त्या बदलाशी जुळवून घेऊ शकत नाहीत. तुम्ही कोण आहात ते तुम्हाला माहीत असेल आणि तुमचं जीवन घडवण्यासाठी तुम्ही खात्रीशीरपणे व जागरूकपणे पावलं उचलत असाल तर फक्त त्यामुळे त्याचा अर्थ तुम्ही ताठर किंवा मोडेन पण वाकणार नाही, अशा प्रकारचे दुराग्रही आहात असा होत नाही. खरं तर, तुम्ही तडजोड करण्याची आणि जुळवून घेण्याची प्रवृत्ती असलेली व्यक्ती आहात, असा त्याचा अर्थ असतो. तुम्ही विकसित होता, तुम्ही काही गोष्टी करून पाहता, तुम्ही अपयशी होता, तुम्ही आपली व्यूहरचना बदलता आणि पुन्हा प्रयत्न करता. तुमच्या मनात नवीन गोष्टींविषयी भीती नसते, तर जिज्ञासा असते. यामुळेच तुमची वाढ व विकास होतो आणि तुमच्यात सुधारणा होत जाते. याचा अर्थ, तुम्ही स्वतःवर कडक नियंत्रण राखू पाहणारे लहरी हुकूमशाह आहात असा नसतो. उलटपक्षी, यामुळे आपल्याकडे निवड असल्याच्या वस्तुस्थितीची तुम्हाला नेहमीच जाणीव असल्याचं दिसून येतं. भीतीपोटी फक्त आपल्याला माहीत असलेल्या गोष्टीलाच चिकटून राहण्याऐवजी तुम्ही नावीन्याचा स्वीकार करता, शोध घेता, निर्मिती करता आणि जोखमी पत्करता. यातली औपरोधिक बाब अशी आहे की, हाच जीवनमार्ग प्रत्यक्षात अधिक सोपा आणि कमी प्रमाणात चिंताग्रस्तता निर्माण करणारा आहे.

## *'असं झालं तर...'ला डोकं वर काढू देऊ नका*

**प्रतिक्रियात्मक व्यक्ती :** 'मला अमुक एक गोष्ट हवी आहे. पण जर असं झालं तर...म्हणजे कदाचित असं घडलं तर.... मग बहुधा... आणि नंतर मला वाटतं की....'

**पूर्वसक्रिय व्यक्ती** : 'मला हव्या असलेल्या गोष्टी तयार करण्याकरिता मी आता लगेच पाऊल उचलत आहे.'

अतिविचार करणं, आत्यंतिक चिंतन-मनन, अंतहीन किंतु-परंतु म्हणजेच शंका-कुशंकांमध्ये अडकून पडणं हे नेहमीच चिंतेचे वैशिष्ट्यपूर्ण घटक असतात. असं झालं तर....किंवा दुसऱ्या शब्दांत 'असं झालं नाही म्हणजे मिळवली', असे विचार अतिविचारात अंतर्भूत असतात. प्रतिक्रियात्मक मनोरचनेत आपण याच विचारांच्या आवतीभोवती फिरत राहतो. आपण पुढीलप्रमाणे काहीतरी बोलत राहतो :

'माझ्याकडे आता थोडीशीच अधिक रोख रक्कम असती तर मग मी....'

'जर माझ्या कुटुंबाकडून बालपणी माझं अधिक चांगलं संगोपन झालं असतं तर....'

'कधीतरी एके दिवशी माझ्या मोठ्या स्वप्नाची मी सुरुवात करेन....'

'हा हिवाळा संपू देत. तो संपला रे संपला की, मला वाटतं मी....ठिकाणी जाईन.'

प्रत्यक्षात काहीही निष्पन्न न होणाऱ्या डळमळीत समर्थनांखेरीज आणि दिवास्वप्नांखेरीज त्यांच्यात फारसं काहीच तथ्य नसतं. ती फक्त मानसिक खळबळ असते आणि खरोखरच्या जगातील कोणत्याही गोष्टीच्या रूपात ती कधीही साकार होत नाही. ही गोष्ट चिंताग्रस्तता आणि काळजी यांच्यापासून फक्त थोडीच पावलं दूर असते. 'जर...तर' आणि 'एके दिवशी' हे शब्द अशा प्रकारे वापरायचे नाहीत, असं ठरवा. तशी बांधिलकीच पत्करा. तुम्ही प्रामाणिक असाल तर तुम्हाला असं आढळेल की, या भाषेच्या मागे नेहमीच चालढकल, दिरंगाई, भीती, टाळाटाळ किंवा एके दिवशी कोणीतरी येईल आणि तुमच्याकरिता तुमच्या जीवनाला संबंधित अडचणीतून सोडवेल अशी एक मूक, भाबडी आशा असते.

अर्थातच, तुमच्याकरिता मोठी स्वप्नं पाहण्याचं तुम्ही सोडून द्या, असं तुम्हाला कोणीही सुचवणार नाही. परंतु तरीही तुम्हाला हव्या असलेल्या

गोष्टी निर्माण करण्यासाठी जीवनात सक्रिय पावलं उचलण्याऐवजी तुम्ही दिवास्वप्नं पाहत बसलात तर तुम्ही स्वतःचीच वंचना करता. स्वप्नं पाहणं आणि खूप मोठा, आगळावेगळा विचार करणं या गोष्टी हेतुतः कृती करण्यासाठी प्रेरित करतात आणि त्याकरिता खतपाणीही घालतात. परंतु त्याच्या जोडीला कृती केली नाही तर असे विचार हे फक्त तुम्ही स्वतःला सांगत असलेल्या प्रसन्न, आनंददायक कथा होतात. या कथा तुम्ही ज्या ठिकाणी असता, तिथेच तुम्हाला ठेवतात. यासंदर्भात पुढे देण्यात आलेल्या आणि आता आपण लगेच पार पाडू शकत असलेल्या काही व्यवहार्य पायऱ्या पाहू या.

## *आणखी दोषारोप किंवा तक्रारी करू नका*

पुढे दिलेल्या गोष्टींचा विचार करा. हवामानाविषयी रडगाणं गाणं. तुम्हाला राग येत असलेल्या नोकरीच्या ठिकाणच्या व्यक्तीविषयी कुटाळक्या केल्याप्रमाणे काम करताना गप्पा मारणं. एका कुटुंबीयाच्या दोषांविषयी दुसऱ्या कुटुंबीयाकडे बोलत राहणं. अतिवेगानं गाडी चालवल्यामुळे तुम्हाला दंड भरावा लागला तर, आपण किती मूर्ख आहोत आणि आपल्याला हा दंड व्हायला नको होता याविषयी मित्राबरोबर किमान दहा मिनिटं बोलत राहणं, इत्यादी. अशा विषयांची लांबलचक यादी आपल्याला करता येईल. आपण सगळेच जण या गोष्टी करतो.

यातली पहिली पायरी म्हणजे आपण असं करत आहोत, याविषयी जागरूक होण्याची गरज आहे. ज्या वेळी आपण तक्रार करत आहोत किंवा एखाद्यावर दोषारोप करत आहोत असं तुमच्या लक्षात येईल, त्या वेळी तुमच्या मनःचक्षूसमोर अक्षरशः खूप मोठ्या अक्षरातील 'थांब' हा शब्द आल्याची कल्पना करा. क्षणभर थांबा आणि तुमच्याकडे यासंदर्भात निवड असल्याच्या वस्तुस्थितीविषयी जागरूक व्हा. त्यानंतर 'मी कोणती कृती करू शकतो?' असा प्रश्न विचारून त्याचं उत्तर द्या. दीर्घ श्वास घ्या. तसेच दीर्घ श्वास घेत राहा आणि तुम्हाला किती अधिक शांतता मिळाल्यासारखं आणि आपण आपल्या नियंत्रणात असल्यासारखं वाटतं त्याची जाणीव करून घ्या.

तुम्ही तक्रारींची वही तयार करू शकता. त्यात तुमच्या सगळ्या तक्रारी, नाराजी लिहून काढा. मात्र, याकरिता एक अट असेल. दिवसाच्या

अखेरीला तुम्हाला त्या सगळ्या तक्रारींविषयी विचार करावा लागेल. त्यापाठोपाठ तुम्हाला ही समस्या सोडवण्यासाठी एक ठोस पाऊल उचलावं लागेल. लवकरच तक्रार करणं कसं निरर्थक आहे, याविषयी तुम्ही स्वतःला प्रशिक्षित कराल आणि या प्रक्रियेत स्वतःचं सक्षमीकरण कराल.

## *यापुढे प्रतिक्रिया नको, फक्त प्रतिसाद द्या*

आपल्याला कशामुळे चिंता वाटते आणि कशामुळे आपल्यावरचं नियंत्रण सुटल्यासारखं वाटतं त्याचं सक्रिय निरीक्षण करा. क्षणभर थांबा आणि कुठेतरी ते सगळं लिहून काढा. उदाहरणार्थ, 'या वर्षअखेरीला बहुधा माझी नोकरी जाण्याची शक्यता आहे'. तुम्ही एकदा तुमची भीती कागदावर उतरवली की, तिच्याकडे पाहा आणि तिला मान्य करा. तुम्हाला तिच्याविषयी जे काही वाटत असेल ते मान्य करा. परंतु नंतर कृती करा. त्या भीतीच्या खालीच तिच्याविषयीचे अनेक पर्याय लिहून काढा. तुम्हाला दिसलेल्या अनेक संधी लिहून काढा. आपल्याला काळजी किंवा भीती वाटत असलेल्या आणखीही एखाद्या किंवा काही गोष्टींवर आपलं लक्ष एकवटल्याचं लक्षात आलं तर त्यांनाही एका स्वतंत्र कागदावर लिहून काढा आणि त्यांच्याही बाबतीत याच प्रक्रियेची पुनरावृत्ती करा. त्या चिंतांककरिताही संभाव्य पर्याय शोधा.

तुमच्या मनाला निवडी करण्याचं आणि संभाव्य उपाययोजना शोधण्याचं जाणीवपूर्वक प्रशिक्षण दिल्यामुळे प्रत्यक्षात तुमचं मन शांत होत असल्याचं, तुमचं सक्षमीकरण होत असल्याचं आणि कदाचित तुम्हाला नवीन धाडसी उपक्रम हाती घेण्याचा उत्साह प्राप्त होत असल्याचं तुमच्या लक्षात येईल.

## *दिवास्वप्नं पाहू नका, सबबी सांगू नका*

दिवास्वप्न पाहणं ही गोष्ट तुम्हाला हव्या असलेल्या आयुष्याची उभारणी करण्याइतकी रोमहर्षक किंवा रोचक नसते असं स्वतःला सांगा. पुन्हा एकदा सचेतन मनानं जाणीवपूर्वक सुरुवात करा आणि तुम्ही वापरत असलेल्या भाषेचा आणि तुमच्या जीवनाविषयी तुम्ही कसं बोलत आहात त्याचा विचार करा. तुम्ही स्वतःशी पुढीलप्रमाणे काही गोष्टी वरचेवर बोलता का, याचा बारकाईनं विचार करा.

> ‘मला व्यावसायिक मालिशवाला होण्याची इच्छा होती, परंतु माझ्याकडे त्याकरिता आवश्यक असलेलं प्रशिक्षण वगैरे काहीच नाही…’
>
> ‘जर खरोखरच मला कोणी विचारलं असतं, तर एखाद्या दिवशी मला अशा घरात राहायला आवडलं असतं.’
>
> ‘बालपणी मी घोड्यावरून रपेट मारणं सोडून दिलं नसतं तर बरं झालं असतं, असं मला वाटतं.’

ही विधानं अतिशय निष्क्रिय, अप्रत्यक्ष स्वरूपाची आणि प्रतिक्रियात्मक आहेत, हे तुम्ही ओळखलंच असेल. तुम्ही यांसारख्या गोष्टी बोलत असल्याचं तुम्हाला आढळलं तर, थांबा, शांत व्हा आणि तुमच्या जीवनावर बारकाईनं नजर टाका. तुम्ही या सबबींचं, दिवास्वप्नांचं आणि पश्चात्तापांचं रूपांतर अगदी आता तुमच्याकरिता लाभदायक ठरणाऱ्या कृतींमध्ये कसं करू शकाल? कदाचित मालिश करण्याचा व्यवसाय सुरू करण्यासाठी मालिशचं प्रशिक्षण कुठे, कधी व कसं घ्यावं किंवा नेमकं काय करावं हे तुम्ही शोधाल. किंवा तुमच्या स्वप्नातील घर प्रत्यक्षात मिळवण्यासाठी काय करता येईल याचा तुम्ही तळमळीनं आणि प्रामाणिकपणानं विचार कराल. किंवा त्या आठवडाअखेरीला तुम्ही घोड्यावरून रपेट मारण्यासाठी जाल. आपल्याकडे इतर पर्याय नसतात म्हणून आपण नेहमीच असं बोलत नाही, तर आपली स्थिती अशीच राहणार आहे हे आपणच आपल्याला पटवून दिलेलं असतं, म्हणून आपण असं करतो. आपण आपल्या मनातील चिंतांना, पश्चात्तापांना, भीतींना आणि अस्वस्थतांना स्पष्टपणे आपल्या समोर आणलं, त्यांच्यावरची धूळ झटकली आणि त्यांना प्रत्यक्षात आणण्यासाठी उचित असलेल्या ठोस कृती केल्या तर त्यांच्यापैकी किती चिंता, पश्चात्ताप, भीती आणि अस्वस्थता रातोरात नाहीशा होतील? या प्रश्नाचं उत्तर – ‘अनेक’, असंच असेल.

## मानसिक अंतर निर्माण करून दृष्टिकोनाची निर्मिती करा

म्हणून तक्रार करणं, प्रतिक्रियात्मकतेनं वागणं आणि दिवास्वप्नं पाहणं यांसारख्या गोष्टी नाकारून आपण निवांत, निश्चिंत, पूर्वसक्रिय मनोरचनेला प्रोत्साहन देऊ शकतो. आपल्या उद्दिष्टांकरिता कृती करण्याच्या मार्गात याच गोष्टी येतात. या समस्यांपासून मानसिक अंतर राखणं किंवा त्यांच्याकडे

तटस्थपणे पाहणं हा आणखी एक महत्त्वाचा उपाय आहे. त्याच्यामुळे शांत आणि निश्चिंत वर्तन राखून आपल्या उचित मानसिक हेतूसह आपण पुढे जाऊ शकतो.

पूर्वसक्रियतेवरच्या वर दिलेल्या भागात आपण असं पाहिलं आहे की, आपण काय करत आहोत याची आपल्याला पुरेशी जाणीव असेल तरच आपण निवड करण्यास आणि नियंत्रण ठेवण्यास सक्षम असतो. आपण उफाळून आलेल्या भावनांमध्ये हरवून गेलो, त्यांच्यामुळे उत्तेजित झालो आणि प्रतिक्षिप्त क्रियांमध्ये अडकून पडलो तर आपण प्रतिक्रियात्मक असतो. पूर्वसक्रिय होण्यासाठी आपल्याला भावनांपासून थोडंसं अंतर ठेवून राहण्याची गरज असते. आपल्याला एक पाऊल मागे जाऊन आपण काय करत आहोत, आपल्याकडे कोणते पर्याय आहेत आणि पुढे काय करायचं, याचं स्पष्ट चित्र मिळवण्याची गरज असते.

**चिंताग्रस्त असणं =** तीव्र भावनांमध्ये अडकलेले किंवा जखडलेले असणं

**शांत असणं =** त्या भावनांवर आणि त्यांच्या बाहेर पाऊल ठेवण्यास सक्षम असणं

खरं तर, तुम्ही चिंतेच्या किती ‘जवळ’ आहात, त्यावरच एखाद्या समस्येविषयी तुम्हाला जाणवणारं चिंताग्रस्ततेचं प्रमाण अवलंबून असतं. तुमच्या स्वतःमधून आणि तुमच्या भावनांमधून क्षणभरासाठी एक पाऊल बाहेर टाकून त्या समस्येकडे थोड्या अंतरावरून दृष्टिक्षेप टाकल्यामुळे तुम्हाला समस्या सोडवण्यास मदत होतेच; शिवाय तुम्हाला ती संपूर्ण गोष्ट तितकीशी भयानक किंवा अगदी आणीबाणीसदृश नसल्यासारखंही वाटतं. एकदा तुम्ही शांत झालात की, मग प्रतिक्रियात्मक होण्याऐवजी अधिक निश्चिंत, निवांत व सजग कृती करू शकता. फारच छान! मग भावनांपासून मानसिक अंतर राखून राहण्याची ही संवेदना आपण कशी काय निर्माण करू शकतो? आपल्या भावनांविषयी आपल्या मनाला बधिर करणं असा याचा अर्थ आहे का? किंवा आपण उच्च स्थानावरून आपल्या परिस्थितीकडे पाहिलं तर त्यामुळे आपल्या जीवनातील वादळ शमतं असा याचा अर्थ आहे का? नाही. असं होत नाही.

### *आत्मपरीक्षण करणं याचा अर्थ मनात बडबड करत राहणं असा नाही*

आपण पुढे जाण्याआधी, मानसिक अंतर म्हणजे काय नाही, हे पाहण्याची गरज आहे. आपला अंतर्गत आवाज हा आपला उत्कृष्ट मित्र असू शकतो. विश्लेषण करणं, विचार करणं, पर्यायांचा तौलनिक विचार करणं. अन्वयार्थ लावणं, लक्षात ठेवणं आणि नियोजन करणं या गोष्टींकरिता तो आपल्याला साहाय्य करतो. परंतु सर्वच आत्मसंवाद लाभदायक असतातच असं नाही, हे बहुधा मी तुम्हाला सांगण्याची गरज नसावी. मानसिक बडबड ही निरुपयोगी असते आणि तिच्यामुळे फक्त चिंताग्रस्तता निर्माण होते. ज्या वेळी पुढील गोष्टी घडतात, त्या वेळी तो चांगला आत्मसंवाद नव्हे, तर निरर्थक मानसिक बडबड आहे हे तुम्हाला समजेल :

- अशी बडबड सातत्यानं एकाच गोष्टीभोवती फिरत राहते आणि तिचं ते फिरणं कधीच थांबत नाही.
- ती नेहमीच नकारात्मक किंवा निराशावादी असते.
- समस्या सोडवण्यास मदत करण्याऐवजी ती तुम्हाला समस्या सोडवणुकीपासून रोखते.
- तिच्यामुळे तुमचं लक्ष विचलित होतं आणि तुम्ही एकटे पडता.
- ती वर्तमानकाळावर नव्हे, तर भूतकाळावर किंवा भविष्यकाळावर आधारित असते.
- सगळ्यांत महत्त्वाचं म्हणजे ती लाभदायक कृतीत घट करून चिंताग्रस्तता वाढवते.

वर दिलेली यादी वाचल्यावर तुमच्या बहुधा असं लक्षात येईल की, चिंताग्रस्ततेचा अनुभव आणि नकारात्मक आत्मसंवादाची कृती या गोष्टी मूलतः एकच आहेत.

आपल्यापैकी अनेक जण अशा प्रकारे मानसिक अंतर राखण्याचा प्रयत्न करतात; परंतु या प्रयत्नांत आपण तशाच प्रकारची मानसिक बडबड करत असल्याचं आणि आपल्याला चिंताग्रस्त करत असल्याचं त्यांना आढळतं. म्हणून आता दुसऱ्या प्रश्नाकडे वळू या. 'आपण कशापासून दूर राहण्याचा प्रयत्न करत आहोत?'

मानसिक बडबड, चिंता आणि सजग जाणिवेचा अभाव या गोष्टी आपल्या आत्मनियंत्रणाच्या भावनेला आणि कार्यक्षमतेला गिळंकृत करतात. आपल्या बाबतीत काय घडत आहे त्याची आपल्याला जितक्या अधिक प्रमाणात जाणीव नसेल, तितक्या अधिक प्रमाणात आपल्याला परिस्थितीवर नियंत्रण मिळवणं कठीण होईल. (म्हणजेच आपण पूर्वसक्रिय नसू आणि प्रतिक्रियात्मक असू.) मानसिक अंतर किंवा मानसिकदृष्ट्या दुरावा राखणं ही स्वतःला तीव्र भावनांपासून आणि आपल्या मानसिक बडबडीच्या विषयांपासून दूर ठेवण्याची एक पद्धत आहे. म्हणून आपण पुढील प्रश्न विचारण्यास सुरुवात केली पाहिजे : 'क्षणभर थांब, हे काय आहे? मी इथे काय करत आहे?'

मानसिक अंतर राखलं नाही, तर आपली स्वतःची कथनं ही आपल्यासाठी ब्रह्मवाक्यं ठरतील आणि आपण त्यांच्या बाहेर काहीही पाहू शकणार नाही. एकीकडे आपल्या मनात चिंता, जाणिवेची कमतरता आणि सक्षमतेचा अभाव निर्माण होऊ शकतो किंवा दुसरीकडे आपल्याकडे शांतता, व्यापक जाणीव, नियंत्रण आणि जबाबदारी या गोष्टी असू शकतात.

घबराट, व्याकूळता आणि चिंता यांच्यामुळे आपला दृष्टिकोन आक्रसला जातो, संकुचित होतो आणि आपल्यातील उत्तम गोष्टीची निवड करणं आपल्याला शक्य होत नाही. मात्र, सजग जाणिवेमुळे आपल्या दृष्टिकोनाचं क्षेत्र खुलं होतं आणि त्यामुळे आपण अधिक निकोप निवडी करतो. ही गोष्ट ऐकायला खूपच छान वाटत असली, तरी यात एक अडचण असते. ज्या वेळी तुम्ही तीव्र भावनेच्या पुरात मध्यावर अडकलेले असता, त्या वेळी जाणिवेपर्यंत आणि व्यापक दृष्टिकोनापर्यंत नेणारा मार्ग शोधणं सोपं नसतं. खरं तर, स्वतःच्या दुर्बलता शोधण्यापेक्षा दुसऱ्यांच्या दुर्बलता शोधणं अधिक सोपं असल्याचं तुमच्या लक्षात आलं असेल. तुमच्याकडे अंतर किंवा दुरावा आणि दृष्टिकोन असेल तर तुम्ही तुम्हाला जे पाहायचं असेल ते पाहण्याच्या खूपच जवळ असाल. आपल्या मनात भावनांपासून मानसिक दुरावा निर्माण करण्यास शिकणं शक्य आहे ही खरोखरच चांगली गोष्ट आहे. ज्या वेळी आपल्या डोक्यात गोंधळ निर्माण झालेला असतो, आपण अतिशय व्यग्र असतो किंवा संतप्त असतो अगदी तेव्हासुद्धा हे शक्य असतं.

### *अंतर राखण्याचे आणि ते निर्माण करण्याचे प्रकार :*

एखाद्या भक्कम आणि मनोरंजक परिस्थितीत सहभागी होण्याचे अनेक मार्ग असतात. अशी कल्पना करा की, तुमच्या जोडीदाराबरोबर भांडण झाल्यामुळे तुम्ही अस्वस्थ झाला आहात. तणावाच्या संप्रेरकांनी तुम्हा दोघांचीही शरीरं भरून गेली आहेत. तुमचं हृदय जोरजोरात धडधडत आहे. तुमच्या डोक्यात विचारांची गर्दी झाली आहे आणि तुम्हाला आपला गोंधळ उडाल्याचं व आपले विचार भरकटल्याचं लक्षात आलं आहे. तुमच्या मनात फक्त एकच भावना भरून राहिली आहे. तुम्ही किती दुखावले गेला आहात आणि किती चिंताग्रस्त आहात यावरच तुमचं लक्ष एकवटलं आहे. ठीक आहे. पण आता काय करायचं?

पहिल्यांदा तुम्ही स्थानीय दुरावा राखण्यास स्वतःला मदत करा. हा अंतर ठेवण्याचा किंवा दुरावा बाळगण्याचा पहिला प्रकार आहे. आता तुम्ही दोघं राहत असलेल्या घरात तुम्ही अस्वस्थ आहात आणि तुम्हाला मनस्ताप होत आहे ही गोष्ट अगदीच स्पष्ट आहे. म्हणून थोड्या वेळापुरतं घरातून बाहेर पडून फिरून आल्यामुळे तुमच्या दृष्टिकोनात तुम्हाला जो बदल घडवण्याची गरज असते, तो बदल घडेल. परंतु तुम्ही फक्त एकाच खोलीत थांबण्याऐवजी फक्त त्या खोलीतून बाहेर पडून दुसऱ्या खोलीत जाऊनही हा बदल घडवू शकता. तुम्ही त्या व्यक्तीपासून लांब जाता किंवा तुमच्या शारीरिक स्थितीत बदल करता. उदाहरणार्थ, झोपला असाल तर उभे राहता. इतकंच नव्हे तर फक्त वेगळ्या स्थानाची कल्पना केल्यामुळेही तुमचा दृष्टिकोन किती व कसा बदलतो ते तुम्ही पाहू शकाल.

तुम्ही सामाजिक अंतर किंवा दुरावा राखू शकता. हे तुमच्यात आणि त्या दुसऱ्या व्यक्तीत किंवा व्यक्तींमध्ये तुम्ही ठेवत असलेलं अधिक अमूर्त अंतर किंवा दुरावा असतो. उदाहरणार्थ, तुमच्या जोडीदारासमवेत तुम्ही तात्पुरत्या स्वरूपात एकाच घरात राहत असलात तर औपचारिकरीत्या संबंध तोडून टाकल्यामुळे तुम्हाला दुरावा बाळगल्याची भावना जाणवू शकेल.

अल्पकालिक दुरावा हा काळाच्या संदर्भात बाळगण्यात आलेला दुरावा असतो. ज्या वेळी तीव्र भावनेमुळे आपल्या मनात प्रतिक्रियात्मक, चिंताग्रस्ततेच्या किंवा जेरीस आल्याच्या भावना निर्माण होतात, त्या वेळी काळ थांबल्यासारखं वाटतं आणि भविष्याचा स्पष्टपणे विचार करण्याची

आपली क्षमता आपण गमावून बसतो. परंतु तुम्ही थोडेसे शांत झालात आणि तुम्ही स्वतःला भावी परिणामांची किंवा सध्याचा क्षण कायम टिकून राहणार नाही, याची आठवण करून दिली की, मग तुम्ही स्वतःला शांतपणे श्वास घेण्याची थोडीशी उसंत मिळवून देता. आपल्या आधीच्या उदाहरणाचा विचार केला तर तुम्ही स्वतःला सक्रियपणे असं सांगू शकता की, 'मी सध्या अगदी अस्वस्थ झालो आहे, परंतु मी आता झोपेन. याविषयी उद्या सकाळी मी अधिक स्पष्टतेनं विचार करू शकेन हे मला माहीत आहे.' यामुळे दृष्टिकोन व्यापक होतो आणि काही प्रमाणात शांतपणा व स्थिरचित्तता निर्माण होते.

अखेरीस, सैद्धांतिक अंतर किंवा काल्पनिक दुरावा राखणं हा एक प्रकार आहे. यात आपल्या समोरची परिस्थिती कदाचित वेगळी होऊ शकेल, अशी आपण कल्पना करतो. ही एक मोठी गोष्ट असते. आपण सध्या जो अनुभव घेत आहोत त्याहून एखादा वेगळा अनुभव घेण्याचा पर्याय आपल्याकडे आहे असं फक्त मान्य केल्यामुळेही आपण त्याच क्षणात अडकून पडत नाही आणि पर्यायांचा, उपाययोजनांचा किंवा पुढच्या सर्जनशील पद्धतींचा विचार करू लागतो. आपल्या उदाहरणाचा विचार करता, कदाचित तुमच्या जोडीदाराबरोबर तुम्ही जोरजोरात आरडाओरडा करत बोलत उभे असाल. जणू काही कोण अधिक टिपेच्या आवाजात ओरडतो याची स्पर्धा असल्याप्रमाणे तुम्ही एकमेकांशी तावातावानं बोलत असाल. परंतु त्याच वेळी अचानकच तुमच्या लक्षात येतं की, 'नाही. इथे थांबलं पाहिजे. हे अशा प्रकारे घडता कामा नये. नेहमीच्या तुलनेत वेगळ्या प्रकारे वागून मी हा सारा प्रकार हाताळू शकेन. मी इथून माघार घेऊन, दूर जाऊन शांतपणे काही क्षण दीर्घ श्वसन केलं पाहिजे.' यामुळे तुम्ही थेट पूर्वसक्रिय मनोरचनेत जाल आणि नाट्यमयरीत्या तुमच्या चिंतेला कमी कराल.

अशा प्रकारे, सध्याची परिस्थिती वेगळी असू शकली असती, या जाणिवेच्या पार्श्वभूमीवरच हा सगळा दुरावा किंवा हे सगळं अंतर निर्माण होत असलं, तरी त्यानंतर तुम्ही प्रत्यक्षात सगळी परिस्थिती वेगळी घडवू शकता.

एखाद्या समस्येविषयी एखादा दृष्टिकोन बाळगणं आणि तिच्याकडे काही अंतरावरून पाहणं यांमुळे जादू झाल्याप्रमाणे झटपट समस्या नाहीशी होत नाही किंवा अवघड भावना अदृश्य होत नाहीत. परंतु त्यामुळे तुम्हाला

तात्पुरत्या स्वरूपात का होईना, पण त्या समस्यांहून अधिक मोठं होता येतं. त्या समस्यांमुळे जेरीस येण्याऐवजी आणि त्यांना तुम्हाला गिळंकृत करू देण्याऐवजी तुम्ही त्यांच्यापासून थोडं अंतर बाळगून दूर राहता. इथे समस्या तीच असते आणि तशीच राहिलेली असते; परंतु तुम्ही तिच्याकडे वेगळ्या दृष्टिकोनातून आणि जागरूकतेनं पाहता, त्या वेळी तुम्हाला तत्काळ तिच्या संदर्भात शांततेची भावना जाणवते. या शांततापूर्ण मनःस्थितीत तुम्हाला अधिक पर्याय सापडतील.

## *अंतर निर्माण करण्यासाठी तुमच्या कल्पनाशक्तीचा वापर करा*

क्षणोक्षणी आपल्यासमोर उलगडणाऱ्या गोष्टींचा आपण तत्काळ अन्वयार्थ लावण्याचा प्रयत्न करतो. त्याविषयी आपण स्वतःला एक कथा सांगतो. परंतु तीच कथा आपण वेगळ्या प्रकारेही सांगू शकतो.

तुम्ही एखाद्या अगदीच जेरीस आणणाऱ्या परिस्थितीत अडकलेले असाल (उदाहरणार्थ, तुमच्या जोडीदाराबरोबरच्या भांडणासारखी परिस्थिती) तर तुम्हाला त्या क्षणात काही प्रमाणात त्या परिस्थितीपासून अंतर राखून राहण्याची किंवा दुरावा बाळगण्याची आवश्यकता असते. परंतु एकदा तुमचं मन शांत झालं की, तुमच्या समोरची समस्या तशीच असते आणि तिला तुम्हाला तोंड द्यावंच लागणार असतं. तीव्र भावनांची आपण छोट्या भावनांमध्ये विभागणी करू शकतो. परंतु एकदा धूळ खाली बसली की, आपल्याला संबंधित समस्येला अतिशय संयमपूर्वक, समजूतदारपणानं आणि लक्ष एकवटून हाताळावंच लागणार असतं. आपल्या या उदाहरणाच्या संदर्भात आपल्याला शांतपणे बसून, एकट्यानंच जागरूकतेनं समस्येवर काम करण्याची आवश्यकता असते. इथे तुम्ही समस्येपासून जाणीवपूर्वक काही प्रमाणात साहाय्यभूत ठरणारं अंतर बाळगून तिचा विचार करता.

वहीत लिहिणं हा याविषयीचा अतिशय परिपूर्ण मार्ग आहे. काही लोकांना 'पेट रॉकशी' (एक प्रकारचं खेळणं) बोलण्यातून किंवा आपल्याच आवाजात आपल्या समस्या, आपले त्रास ध्वनिमुद्रित करून ते ऐकण्यातून समाधान लाभतं. काही क्षण जिथे तुम्हाला कोणताही उपद्रव होणार नाही अशा ठिकाणी बसा आणि पुढीलपैकी काही तंत्रांचा अवलंब करा.

### *एखाद्या मित्राला सल्ला दिल्याप्रमाणे स्वतःला सल्ला देणं :*

ज्या वेळी समस्या इतर कोणाची असते त्या वेळी सगळ्यात उत्तम कृती काय असेल हे शोधणं सोपं असतं. आता थोडा वेळ काढा आणि अशी कल्पना करा की, तुमची समस्या ही तुमच्या समोर निर्माण झाली नसून प्रत्यक्षात ती तुमच्या जवळच्या मित्रासमोर निर्माण झाली आहे. तुमच्या सगळ्या अहंकाराला, समजुतींना, विरोधांना आणि सबबींना खेचून बाहेर काढा आणि फक्त तुमच्या समोरच्या कथेच्या निव्वळ वस्तुस्थितींवर नजर टाका. तुम्हाला कदाचित एखाद्या परिच्छेदात तुमच्या समस्येचा सारांश लिहून काढावा असं वाटू शकेल. त्यानंतर त्या परिच्छेदात काही ठिकाणी अवतरण चिन्हं आणि विरामचिन्हं यांचा वापर करा. तुम्हाला खरोखरच ज्या व्यक्तीची काळजी वाटते ती ते बोलत आहे अशी कल्पना करा. अशा वेळी तुम्ही कसा प्रतिसाद द्याल? त्या समस्याग्रस्त व्यक्तीला तुम्ही कोणता सल्ला द्याल?

हे खूपच सोपं काम असल्यासारखं वाटेल; परंतु ते उपयुक्त असतं, कारण नकार, भीती किंवा सबबी मार्गात आडव्या आल्यामुळे नेहमीच निर्णय घेण्यात किंवा सुज्ञपणे कृती करण्यात बाधा येते. आपण अशी कल्पना करतो की, आपल्या समस्या भलत्याच गुंतागुंतीच्या, क्लिष्ट आहेत. जोपर्यंत आपण ती समस्या कुणा दुसऱ्याची आहे अशी कल्पना करून तिचा विचार करत नाही, तोपर्यंत परिस्थितीच्या काही पैलूंकडे आणि वैशिष्ट्यांकडे आपण दुर्लक्ष करत असल्याचं किंवा इतर गोष्टी हव्या तशा फिरवून वापरत असल्याचं आपल्या बहुधा लक्षात येत नाही. काही वेळा अशी कल्पना करून आपणच आपल्याला दिलासा मिळवून देतो, कारण त्या वेळी अचानकच आपल्या लक्षात येतं की, आपल्याला वाटते तितकी आपली समस्या मोठी नाही.

### *तुमचं दुसरं रूप रेखाटा*

वर दिलेलं तंत्र दर वेळीच उपयुक्त ठरणार नाही हे मान्य आहे. तुमच्यासमोरची समस्या कदाचित खरोखरच क्लिष्ट असेल. जर तसं असेल तर आणखी एक तंत्र वापरून पाहा. याही तंत्रात तुम्हाला या समस्येविषयी काय वाटतं त्याचाच तुम्ही विचार कराल; परंतु आता तुम्ही भविष्यकाळात जाऊन या

समस्येचा विचार कराल. तुमच्या भविष्यातील स्वत्वाची कल्पना केल्यामुळे तुम्हाला वेगळा दृष्टिकोन मिळतो आणि सध्या जे घडत आहे ते नेहमीच घडत राहणार नाही याची तुम्ही स्वतःला आठवण करून द्याल. परिणामांकडे आणि संभाव्य फलितांकडे तुमचे विचार वळवा. कोणत्याही तीव्र भावनेचा त्रास कमी झाल्यानंतर तुमच्या भविष्यकालीन स्वत्वाला काय हवं असेल त्याचा विचार करा.

शक्य असेल तर तुम्ही भूतकाळात घेतलेल्या अशाच प्रकारच्या निर्णयांचा आणि समस्यांचा विचार करा. परंतु त्यात कालविषयक घटकाचा विचारही ठेवा. म्हणजेच ती घटना भूतकालीन असल्याची जाणीव ठेवून तिचा विचार करा. कदाचित, लक्षपूर्वक विचार केल्यानंतर तुमच्या लक्षात येईल की, तुम्ही नेहमीच कुठल्यातरी विशिष्ट प्रकारच्या गोष्टी करता आणि त्यांच्याविषयी काही आठवड्यांनी तुम्हाला पश्चात्ताप होतो. तुमच्या भविष्यकालीन स्वत्वाचा विचार केल्यावर बहुधा तुमच्या वर्तमानकाळाचा तुम्ही अधिक अचूकतेनं विचार करू शकाल. निदान सध्याची समस्या अशीच कायमस्वरूपी आपल्या समोर राहणार नाही, याची जाणीव झाल्यामुळे तुम्ही सुटकेचा निःश्वास तरी टाकू शकाल.

## *तुमच्या धारणांची किंवा आकलनांची पुनर्रचना करा*

ध्यानाच्या दरम्यान, तुम्ही विचारांना विचार म्हणूनच ओळखण्याकरिता आणि भावनांकडे भावना म्हणूनच पाहण्याकरिता स्वतःला प्रशिक्षित करता. तुम्ही त्यांना येताना आणि जाताना पाहता आणि त्यांच्याशी जोडले न जाण्याचा सराव करता. फक्त त्यांच्या सातत्यपूर्ण प्रवाहाची जाणीव तेवढी करून घेता. हे करण्यास शिकण्याकरिता तुम्हाला ध्यानाचा सराव करण्याची गरज नसते. फक्त संवेदनांकडे आणि धारणांकडे किंवा आकलनांकडे लक्ष देण्याची सवय लावून घ्या.

> 'माझ्या हृदयाची धडधड खरोखरच अतिशय वाढली आहे',
> 'तिने असं म्हटल्यामुळे मी खूपच निराश झालो'.
> 'मला भीती वाटत होती आणि जे घडत होतं त्याचा मला तिटकारा वाटत होता'.

यातली महत्त्वाची गोष्ट अशी आहे की, तुम्ही फक्त वाद न घालता, अन्वयार्थ न लावता, विश्लेषण न करता, प्रशंसा न करता किंवा निवाडासुद्धा न करता फक्त त्यांच्याकडे लक्ष दिलं पाहिजे. खरं म्हणजे तुम्ही त्यांना स्वीकारण्याचीसुद्धा काहीच गरज नाही. फक्त त्या तिथे आहेत इतकंच पाहा. त्यांची फक्त दखल घ्या. बस्स! त्याहून अधिक काहीही करण्याची गरज नाही. तुम्ही एकदा हे केलं की, मग त्या तटस्थ संवेदनांची तुम्ही कशी रचना करता आणि त्यांचा कसा अन्वयार्थ लावता, ही आपली निवड असल्याचं पाहण्यास तुम्ही सुरुवात करू शकता.

उदाहरणार्थ, माझ्या हृदयाची धडधड वाढली आहे, मी चिंताग्रस्त होऊन घाबरलंच पाहिजे. मी घाबरू नये, कारण याआधीही हजारो वेळा असं झालं आहे. जर मी चिंताग्रस्त होऊन घाबरत असेन तर माझं नक्कीच काहीतरी बिनसलं आहे किंवा माझ्या बाबतीत कसलीतरी गडबड झाली आहे वगैरे. असं घडत असल्याचं तुमच्या लक्षात आलं, तर तुम्ही अन्वयार्थ लावू शकता आणि वेगळ्या प्रकारे संवेदनांची पुनर्रचना करण्याचा, त्यांच्या वेगवेगळ्या प्रकारे व्याख्या करण्याचा प्रयोग करू शकता. अशा प्रकारे तुम्ही त्यांच्यात आणि तुमच्यात काही प्रमाणात अंतर राखू शकता आणि त्या गोष्टींविषयी अधिक दिलासादायक, शांत दृष्टिकोन बाळगू शकता.

कदाचित, तुम्ही काही नवीन आणि रोमहर्षक करत असल्यामुळे तुमच्या हृदयाची धडधड वाढल्याची शक्यता असते. तुम्ही माणूस आहात आणि काहीशी घबराट निर्माण करणारी गोष्ट करत असल्यामुळे तुमच्या हृदयाची धडधड वाढली असण्याची शक्यता असते. ही गोष्ट अगदीच उचित नाही का? मात्र, याकरिता भावनांपासून अंतर निर्माण करण्यासाठी पहिल्यांदा आपण मनाची गती कमी केली पाहिजे, म्हणजेच शांत झालं पाहिजे. त्यानंतर आपण कोणकोणत्या स्थानी वेगवेगळ्या निवडी करू शकतो ते पाहिलं पाहिजे.

### *महत्त्वाचे मुद्दे*

- चिंताग्रस्त असलेले आणि नसलेले लोक यांच्यातील सगळ्यात मोठा फरक हा बहुधा त्यांच्या पूर्वसक्रिय आणि प्रतिक्रियात्मक मनोरचनांमधील फरक हाच असावा. पूर्वसक्रिय असणं याचा

अर्थ, तुमच्या जीवनाची सूत्रं तुमच्या हाती असून तुम्ही तुमच्या जीवनाला जबाबदार आहात असा दृष्टिकोन स्वीकारणं असा आहे. दुसऱ्यांनी निर्माण केलेल्या परिस्थितींविषयी प्रतिक्रिया व्यक्त करण्याऐवजी स्वतःच्या इच्छेनुरूप परिस्थिती निर्माण करा.

- मनोरचनेत असा बदल करण्याचे अनेक मार्ग आहेत. पहिल्यांदा इतरांवर दोषारोप न करण्याची किंवा कोणतीही कृती न करता परिस्थितींविषयी फक्त तक्रार करत न राहण्याची बांधिलकी पत्करा. आपण निष्क्रियपणे तक्रार किंवा दोषारोप करत असल्याचं अगर नाराजी व्यक्त करत असल्याचं तुमच्या लक्षात आलं, तर 'माझी परिस्थिती बदलण्यासाठी मी वैयक्तिकरीत्या कोणती कृती करू शकतो?' असा प्रश्न स्वतःला विचारा.
- परिवर्तन आणि अडचणी अटळ असतात. परंतु आपल्याला हव्या तशा गोष्टी घडत नसतील तर त्यामुळे त्रासून, गांजून जाण्याऐवजी लवचीक, सर्जनशील होण्याचा आणि उपाययोजना शोधण्याचा प्रयत्न करण्याचा सराव आपण करू शकतो. यामुळे चिंताग्रस्तता कमी होते.
- दिवास्वप्नं पाहणं किंवा 'एके दिवशी' अगर 'जर असं असतं तर' यांसारखे विचार करणं थांबवलं तर आपण अधिक पूर्वसक्रिय होऊ शकतो. अगदी आताच्या आता स्वतःला सक्षम करण्यासाठी आपण प्रेरक कृती करू शकतो.
- शांत, पूर्वसक्रिय मनोरचना प्राप्त करण्यासाठी आपण आणि आपल्या मनातील इतर कोणतीही तीव्र भावना किंवा विचार यांच्यामध्ये काही अंतर राखण्याचा सराव आपण करू शकतो. आपण असं मानसिक अंतर निर्माण केलं तर आपल्याला अधिक व्यापक दृष्टिकोन मिळू शकतो आणि आपल्या विचारांकडे आपण अधिक सजगपणे फक्त विचार म्हणूनच पाहू शकतो. हे केल्यामुळे आपण जाणीवपूर्वक व पूर्वसक्रियपणे विचारांमध्ये आणि आपल्यामध्ये अंतर राखतो. अशा प्रकारे स्थानिक, तात्पुरते किंवा हंगामी, अगर सैद्धांतिक किंवा काल्पनिक अंतर निर्माण केल्यावर आपल्याला बाह्य घटना–घडामोडींच्या दयेवर

अवलंबून राहावं लागत नाही, आपल्याकडे निश्चित अंतर्गत नियंत्रणस्थान (लोकस ऑफ कंट्रोल) असतं.

- विचारांपासून किंवा भावनांपासून अत्यावश्यक अंतर आणि स्पष्टता मिळवून देण्यास आपल्या कल्पनाही आपल्याला मदत करतात. एखाद्या समस्येकडे नवीन दृष्टिकोनातून पाहण्याकरिता आपण अशीच समस्या असलेल्या आपल्या मित्राला सल्ला देत आहोत अशी कल्पना करून त्या समस्येचा विचार करा. इतर शक्यता आणि पर्याय शोधण्याकरिता तुमच्या भविष्यकालीन दुसऱ्या रूपाला तुम्ही नजरेसमोर आणू शकता. अखेरीस, तुम्ही धारणांची पुनर्रचना करण्याचा सराव करू शकता. त्या जाणिवेशी कोणतीही कथा, मूल्य-निवाडा, मत जोडण्याची गरज नाही किंवा तुमच्या जाणिवेला विरोध करण्याचीही आवश्यकता नसते. असं काहीही न करता आपण कसा विचार करतो व आपल्याला काय वाटतं ते तुम्ही पाहू शकता. फक्त या एकाच गोष्टीमुळे तुम्ही शांत व स्थिरचित्त होता आणि त्याच वेळी तुमच्यासमोर नवीन दृष्टिकोन येण्याची संधीही निर्माण होते.

## २

# चक्रव्यूहातून बाहेर पडा

### तुमचं चिंतानिवारक ब्रह्मास्त्र : स्वतःच्या विचारांच्या पलीकडे जाऊन विचार करणं

आपल्या विचारांपासून थोडं अंतर ठेवून त्यांचं निरीक्षण केल्यामुळे तुम्हाला वेगळ्या, अधिक चांगल्या संभाव्य दृष्टिकोनांचा उपयोग कसा करता येतो, हे आपण आधीच्या प्रकरणात पाहिलं आहे. तसंच आपल्या शरीरशास्त्रविषयक, मानसशास्त्रीय आणि मानसिक प्रक्रियांमध्ये नकळत गुंतलेली सहभागी व्यक्ती म्हणून काम करण्याऐवजी एक निरीक्षक म्हणून आपल्या स्वतःच्या या सगळ्या प्रक्रियांचं निरीक्षण कसं करता येतं, तेही आपण पाहिलं आहे. या एक प्रकारच्या अलिप्ततेमुळे, अनासक्तीमुळे तुम्हाला कदाचित आणखी एका लोकप्रिय दृष्टिकोनाची आठवण झाली असेल. सर्व प्रकारच्या मानसिक समस्या दूर करण्यासाठी तो वापरला जातो. ध्यान आणि वर्तमान क्षणात पूर्ण जागरूकतेनं राहणं म्हणजेच साक्षीभावानं वागणं हा तो दृष्टिकोन आहे. त्याचा सराव महत्त्वपूर्ण असतो.

साक्षीभावाच्या दृष्टिकोनातून वागल्यामुळे तुमच्या जीवनात शांततेची रुजवणूक करण्यास मदत होते का? होय. नक्कीच होते. मात्र, साक्षीभाव याचे अनेक अर्थ असू शकतात. या प्रकरणात आपण प्रामुख्यानं भावनांचं व्यवस्थापन करण्यासाठी आणि तुमच्या जीवनावर तुमचं शांतपणे नियंत्रण असल्याची भावना निर्माण करण्यासाठी साक्षीभावावर आधारित तंत्राचा शोध घेणार आहोत. यालाच ॲक्ट म्हणजे स्वीकृती- 'बांधिलकी उपचारपद्धती'

(एसीटी- ॲक्सेप्टन्स कमिटमेंट थेरपी) असं म्हटलं जातं. या नावातून स्पष्टपणे या दृष्टिकोनाचे दोन भाग दिसून येतात.

- ज्या गोष्टींवर आपण नियंत्रण ठेवू शकत नाही, त्यांचा आपण स्वीकार करतो.
- त्याबरोबरच आपली जीवनं अधिक चांगली करण्यासाठी आपण जे काही करू शकतो त्या कृती करण्याची बांधिलकी आपण पत्करतो.

कृतीला स्वीकृती देणं आणि तिच्याशी बांधिलकी पत्करणं या दोन्ही गोष्टींमुळे तुम्हाला पूर्वसक्रियपणे तुमच्या विचारांचं आणि भावनांचं म्हणजेच जीवनानुभवांचं व्यवस्थापन करता येतं. ही विविध कौशल्यं असतात आणि साक्षीभाव हा त्यांचा महत्त्वाचा घटक असतो. तुम्हाला हव्या असलेल्या जीवनाची म्हणजेच तुमच्या दृष्टीनं सर्वाधिक महत्त्वाच्या आणि मूल्यवान असलेल्या गोष्टींशी सुसंगत जीवनाची निर्मिती करण्यास तुम्हाला मदत करण्यासाठी ती परस्पर-सहकार्यानं कार्य करतात.

ॲक्टमध्ये साक्षीभाव म्हणजे वर्तमानावर खुलेपणानं, सजगपणे व एकाग्र चित्तानं लक्ष केंद्रित करणं होय. आपल्या 'निरीक्षक स्वत्वा'च्या साहाय्यानं आपल्या कामाकडे आपण पाहतो. हे निरीक्षक स्वत्व म्हणजे त्या क्षणात घडत असलेल्या प्रत्येक गोष्टीची जाणीव असलेला आपला भाग असतो. आपण विचारांविषयी विचार करण्याच्या ज्या स्थितीविषयी बोललो आहोत, ती हीच स्थिती आहे. ती आपल्याला विचारांपासून व भावनांपासून अंतर राखून राहू देते आणि त्याकरिता आवश्यक असलेला दृष्टिकोन पुरवते. ध्यानाच्या तुलनेत ॲक्टमधील साक्षीभाव हा अधिक प्रमाणात कौशल्यांचा संच असतो. त्याच्यामुळे आपण सचेतन कृतीच्या माध्यमातून जगाशी भक्कमपणे जोडले जातो.

आपण दिवसभर केव्हाही, कुठल्याही क्षणी ॲक्ट तंत्रांचा उपयोग करू शकतो किंवा एखाद्या मानसोपचारतज्ज्ञाच्या साहाय्यानं दीर्घ काळापर्यंत जाणीवपूर्वक त्याचा सराव करू शकतो किंवा या दोन्ही गोष्टी करू शकतो. त्या सोप्या आहेत; मात्र त्यांच्यावर स्वबळावर प्रभुत्व मिळवायचं असेल तर तुम्हाला फक्त तुमच्या सजग 'निरीक्षक स्वत्वा'ला सक्रिय करण्याची

गरज असते. तुम्हाला शांतचित्त करणं हे ॲक्टचं अगदी नेमकं उद्दिष्ट नाही. त्याऐवजी कालौघात तुम्ही आपल्या मानसशास्त्रीय लवचीकतेत वाढ करता. याचा अर्थ, तुमचं निरीक्षक स्वत्व अधिक बळकट झालेलं असतं आणि तुम्ही वर्तमानात अधिक चांगल्या प्रकारे राहू शकता. त्यामुळे तुम्ही तुमच्या मूल्यांनुसार कृती करू शकता आणि तुमच्या जीवनाची गुणवत्ता वाढवू शकता. एखादा चमत्कार झाल्याप्रमाणे समस्या कधीही झटपट आणि आपोआप नष्ट होत नाहीत, पण समस्या हाताळण्याच्या बाबतीत तुम्ही अधिक लवचीक, अधिक प्रतिसाद देणारे आणि अधिक निपुण होता.

अशा प्रकारचा साक्षीभाव असलेलं अलौकिक, विचारांविषयी विचार करणारं निरीक्षक स्वत्व असणं याचा अर्थ तुम्ही जीवनापासून आणि तुमच्या स्वतःच्या भावनांपासून कायमचेच अलिप्त होता असा असतो का? प्रत्यक्षात याच्या उलट परिस्थिती असते. ॲक्टच्या दृष्टिकोनातून विचार करता, चिंता आणि नाखुशी किंवा असमाधान या गोष्टी नेहमीच 'अनुभवात्मक टाळाटाळी'तून येतात. अनैच्छिक विचार, भावना आणि संवेदना यांना आतूनच करण्यात आलेला हा अंतर्गत विरोध असतो. वर्तमानातील आपल्या अनुभवांना टाळणं ही गोष्ट तात्पुरती काम करू शकते, परंतु दीर्घ काळात ती अपयशी ठरते आणि त्यामुळे मानसिक दुःखाची निर्मिती होते. यातला उपरोध असा आहे की, तीव्र संवेदना, विचार आणि भावना यांच्यापासून त्या क्षणात अंतर राखून राहिल्यामुळे आपल्याला त्यांना प्रत्यक्षात पाहणं, स्वीकारणं आणि कृती करून त्यांच्याबरोबर काम करणं शक्य होतं. अशा प्रकारे आपण जीवनात अधिक प्रमाणात गुंततो. म्हणून या दृष्टिकोनानुसार, साक्षीभाव याचा अर्थ अलिप्त आणि अनुभवापासून दूर राहणं नव्हे, तर तुम्हाला वर्तमान क्षणाच्या आणि त्यात तुम्ही अनुभव घेत असलेल्या प्रत्येक गोष्टीच्या निकोप व शाश्वत सजग संपर्कात ठेवणं असा आहे.

ॲक्टमध्ये सहा 'महत्त्वपूर्ण आधारभूत प्रक्रिया' असतात. त्यांना तुम्ही साधनसंचातील साधनं म्हणू शकता. ही साधनं तुम्हाला जीवनाचं व्यवस्थापन करण्यास आणि मानसशास्त्रीय लवचीकतेची उभारणी करण्यास मदत करतात. या प्रक्रिया काही प्रमाणात एकमेकींमध्ये मिसळलेल्या असतात. जीवनातील खरोखरच्या उदाहरणाच्या साहाय्यानं या प्रत्येकीचा विचार करू या. (अर्थात, त्या नेहमीच खऱ्या जीवनाला लागू पडतात.)

### *वर्तमानाशी संपर्क साधणं*

ही गोष्ट गंभीर वाटते, परंतु तिचा अर्थ संवेदनांमध्ये वाहून जाण्याऐवजी किंवा अंतर्गत अनुभवात अडकून पडण्याऐवजी (म्हणजेच प्रतिक्रियात्मक होण्याऐवजी) तुमच्या निरीक्षक स्वत्वात फक्त सजग जाणिवेसह राहणं असा आहे. आपल्याकडे इथेच आणि आताच म्हणजे वर्तमानात संपूर्ण, खरोखरची जाणीव किंवा जागृती असते. आपण ग्रहणक्षम, जिवंत आणि दक्ष असतो. ॲक्टमध्ये तुमच्याकडे फक्त आणि फक्त वर्तमानकाळच असतो. भविष्यकाळ अद्याप आलेला नसतो आणि भूतकाळ केव्हाच मागे पडलेला असतो. जीवनात गुंतण्याची आणि निवडी करण्याची आपली सगळी शक्ती ही अगदी इथेच, वर्तमानातच असते. म्हणून तिथेच आपण लक्ष एकाग्र करतो.

अगदी तुम्हाला ध्यानात मुळीच रुची नसली, तरीही पंचेंद्रियांच्या साहाय्यानं वर्तमानातच राहण्याच्या म्हणजेच ग्राउंडिंग तंत्रांचा सराव करून तुम्ही खूप काही मिळवू शकता. तुमचं मन भूतकाळाभोवती पिंगा घालू शकतं किंवा भविष्यकाळात विहरू शकतं किंवा काल्पनिक कथांचा व शक्यतांचा विचार करून ते तुम्हाला घाबरवू शकतं. तुमचं शरीर मात्र फक्त एकाच ठिकाणी असू शकतं, ते वर्तमानातच असतं. म्हणून ज्या वेळी तुम्ही शरीराशी जोडले जाता, त्या वेळी तुम्ही निश्चितपणे वर्तमानाशी जोडले जाता. तुमचं शरीर हा तुम्हाला आधार देणारा नांगर असतो किंवा त्यापेक्षाही शरीरात दृष्टी, ध्वनी, गंध, स्वाद आणि स्पर्श हे तुम्हाला वर्तमानाशी जोडून ठेवणारे पाच आधारभूत शारीरिक नांगर असतात.

तुम्ही हवं त्या वेळी ग्राउंडिंग तंत्रांचा सराव करू शकता. तुम्हाला चिंताग्रस्ततेच्या भोवऱ्यातून बाहेर पडायचं असलं किंवा तुम्ही फक्त व्यायामासारखा अगर भाज्या खाण्यासारखा एखादा हितकारक सराव करत असलात तरीही तुम्ही ग्राउंडिंगचा सराव करू शकता. ५-४-३-२-१ या तंत्राचा तुम्ही सराव करू शकता. या तंत्रात तुम्हाला दिसत असलेल्या पाच गोष्टींमध्ये तुम्ही पूर्णपणे तल्लीन होण्यासाठी किंवा पार बुडून जाण्यासाठी थांबता. त्यानंतर तुम्हाला ऐकू येणाऱ्या चार गोष्टींमध्ये, स्पर्श करता येणाऱ्या तीन गोष्टींमध्ये, गंध घेता येणाऱ्या दोन गोष्टींमध्ये आणि स्वाद घेता येणाऱ्या एका गोष्टीमध्ये बुडून जाण्यासाठी, गुंग होण्यासाठी तुम्ही अनुक्रमे थांबता.

यातले नेमके तपशील फारसे महत्त्वाचे नाहीत. तुमच्या पंचेंद्रियांचा वापर करून तुम्ही सध्याच्या क्षणात स्वतःला पूर्णपणे बुडवून टाकता, ही यातली महत्त्वाची गोष्ट आहे. अशा प्रकारे, तुम्ही आपोआपच त्याच-त्याच चिंताजनक गोष्टींच्या विचारांपासून स्वतःला दूर नेता. त्यांच्यापासून अंतर राखता आणि मग ते विचार व भावना नेमक्या काय आहेत हे पाहण्याकरिता त्यांचं निरीक्षण करता.

उदाहरणार्थ, अशी कल्पना करा की, डॉक्टरांनी तुम्हाला कर्करोग झाल्याचं आणि तो तिसऱ्या टप्प्यापर्यंत पोहोचल्याचं निदान नुकतंच केलं आहे. ते ऐकल्यावर तुम्हाला बसची जोरदार धडक बसल्यासारखं वाटतं. अशा वेळी तुमच्या साधनसंचातील पहिलं साधन तुम्ही बाहेर काढलं पाहिजे. ते म्हणजे तुम्हाला फक्त एक अनुभव आल्याची जाणीव तुम्ही करून घेतली पाहिजे. मग तुम्ही कदाचित खाली बसा आणि निरीक्षक स्वत्वाच्या साहाय्यानं तुमच्या शारीरिक प्रतिक्रिया पाहू लागा. तुमचे सुरुवातीचे विचार आणि भावना यांच्याकडे पाहू लागा. एक दीर्घ श्वास घ्या आणि तुमच्या भोवतालच्या क्षणावर नजर टाका. त्याला आत्मसात करा.

## *आकलनात्मक संभ्रम*

यात आपण एक पाऊल मागे जाऊन अलिप्त होतो. ॲक्टमध्ये आपल्या धारणांना आणि विचारांना पाहण्यास आपण शिकतो. या धारणा किंवा विचार म्हणजे प्रतिमा, प्रतीकं, माहितीचे तुकडे, कथा, स्मृती, गृहीतकं यांपैकी नेमकं काय आहे ते आपण पाहतो. तसंच त्या धारणा किंवा ते विचार काय नाहीत तेही आपण पाहतो. म्हणजे ते निखालस सत्य किंवा वास्तव, कायदे किंवा आपल्यावर संपूर्ण नियंत्रण असलेली एखादी गोष्ट नाही, हे आपण पाहतो.

आकलनात्मक संयोग म्हणजे काय ते आता आपण पाहू या. ज्या वेळी आपले विचार हेच वास्तव आहे अशा प्रकारे आपण कृती करतो, त्या वेळी आपण असं म्हणू शकतो की, आपण विचार आणि वास्तव या दोन्ही गोष्टींचा संयोग घडवतो. आपला असा विश्वास असतो की, आपण जो विचार करत आहोत, तेच प्रत्यक्षात घडत आहे. ते शंभर टक्के सत्य आहे आणि त्याला संपूर्ण महत्त्व आहे. काही वेळा मिळत्याजुळत्या विचारांमध्ये

आपण असं मानतो की, आपल्या विचारांचं पालन केलं गेलं पाहिजे. जणू काही ते म्हणजे आदेशच आहेत असं आपल्याला वाटतं. आपली विचारहीन धारणा किंवा आपण उत्स्फूर्तपणे गृहीत धरलेली गोष्ट ही सुज्ञ आणि सर्वज्ञ स्वरूपाची आहे असा विचार आपण करतो.

मात्र, यातलं सत्य असं असतं की, आपण पाहत असलेलं त्या वस्तूचं प्रतीक आणि प्रत्यक्ष ती वस्तू यांच्यामध्ये फरक असतो. परिस्थितीविषयीचा आपला विचार आणि ती परिस्थिती या दोन वेगवेगळ्या गोष्टी आहेत याची जाणीव झाल्यानंतर आपण अलिप्त होतो. आपल्या असं लक्षात येतं की, आपण त्या वेळी निर्विवादपणे विश्वास ठेवलेली एक कथा स्वतःला सांगण्यासाठी भाषेचा वापर करत आहोत. आपल्या मार्गात असलेलं जग जसं आहे तसं नाहीच किंवा ते तिथे नाहीच, अशी जबरदस्तीनं कल्पना करणं म्हणजे अलिप्त होणं नव्हे. त्यात आपल्या विचारांना वास्तवाशी संलग्न करण्याची प्रक्रिया आपण मागे घेतो. आपण फक्त आपल्याला एक कथा सांगण्याकरिता भाषेचा वापर करत आहोत, वास्तव सांगण्याकरिता नाही याची आपल्याला जाणीव होते. ज्याप्रमाणे सफरचंद हा शब्द म्हणजे प्रत्यक्ष सफरचंद नसतं, तो फक्त एक शब्द असतो. त्याप्रमाणेच आपली परिस्थितीविषयीची कल्पना म्हणजे ती परिस्थिती नसते. ती फक्त आपली एक कल्पना किंवा विचार असतो.

आपल्या उदाहरणाचा पुन्हा एकदा विचार करू या. कर्करोग झाल्याचं समजल्यावर आपण तीव्र चिंता आणि दुःख यांत अडकून पडतो. आपल्या मनात निराशा, हताशा किंवा संताप निर्माण होतो आणि आपण त्यात सापडतो. परंतु आपण वर्तमानाशी संपर्क साधला आणि नंतर आपल्या अंतर्यामी स्थिरत्व किंवा स्थितप्रज्ञता निर्माण केली तर आपल्याला दृष्टिकोन मिळू शकतो. त्यामुळे आपल्या अनुभवात अडकून आतल्या आत ठेचकाळत राहण्याऐवजी आपण त्या अनुभवातून बाहेर पडू शकतो. 'मी नेमकं काय करत आहे?' असं म्हणण्याऐवजी 'आता माझ्या मनात बराच गोंधळ झाला आहे,' असं म्हणण्याइतकं ते साधं असतं.

## *स्वीकृती*

स्वीकृती याचा अर्थ वर्तमान क्षणात आपल्याला जे सापडतं त्याकडे दुर्लक्ष करणं किंवा त्याच्याशी सहमत होणं नाही. त्याऐवजी जे होत

आहे ते खरोखरच प्रत्यक्षात होत आहे हे मान्य करणं म्हणजे स्वीकृती असते. आपण त्याला विरोध करत नाही, त्याला हरकत घेत नाही किंवा त्याच्याशी वादविवाद करत नाही, अगर ते अस्तित्वातच नसल्याचं ढोंगही करत नाही. आपण फक्त ते जसं असतं तसंच त्याला राहू देतो. एखाद्या गोष्टीचा स्वीकार करणं याचा अर्थ आपल्याला ती आवडलीच पाहिजे किंवा समजलीच पाहिजे असा मुळीच नाही. फक्त ते आपलं वास्तव असल्याचं आपण खुलेपणानं आणि स्पष्टपणे मान्य करतो. 'विस्तार' ही अधिक साहाय्यभूत संज्ञा असू शकेल. जे काही आहे त्याच्याकरिता आपण आपल्या मनाचा विस्तार करतो. त्याला सामावून घेण्यासाठी मनात फक्त जागा निर्माण करतो. जे घडत आहे त्याची फक्त तुम्हाला जाणीव होत आहे अशी कल्पना करा. जणू काही त्या गोष्टीचा तुम्हाला पूर्वी कधीही अनुभव आला नव्हता, तिच्याविषयी तुम्ही पूर्णपणे अनभिज्ञ आहात आणि तुम्ही ज्या गोष्टीचं निरीक्षण करत आहात तिचं नुकतंच निरीक्षण केल्यामुळे तुमच्या मनात तिच्याविषयीच्या स्मृती, अपेक्षा, पूर्वग्रह, गृहीतकं किंवा भीती असं काहीच नाही अशी कल्पना करा. ॲक्टचा सराव करणारे काही लोक एखाद्या अनुभूतीत 'श्वसन करण्याचा' सल्ला देतात. संबंधित गोष्टीविषयी तुमच्या मनात इतकी संवेदना निर्माण झाली असेल की, तुमची छाती त्या भावनेनं दडपून गेल्याचं तुमच्या लक्षात येईल. मग त्या संवेदनेत किंवा अनुभूतीत श्वसन करण्यासाठी तुम्ही कशी काय जागा निर्माण करू शकाल? याचं उत्तर पुढीलप्रमाणे आहे :

या गोष्टीचा अन्वयार्थ लावण्याऐवजी ('मी तणावग्रस्त आहे'), त्याला विरोध करण्याऐवजी ('ह्यॅ! यात काहीच तथ्य नाही.') किंवा त्यामुळे व्याकूळ होऊन घाबरून जाण्याऐवजी ('अरे बाप रे, माझ्या हृदयात काहीतरी बिघाड झाला आहे की काय?') तुम्ही फक्त त्या भावनेकरिता थोडीशी जागा करून देता. तुम्ही ती संवेदना, ते तापमान, विविध भावना आणि त्या कुठे व कशा निर्माण होतात या सगळ्या गोष्टींचं निरीक्षण करता. या जागृतीत, या जाणिवेत तुम्ही श्वसन करता आणि तिचा विस्तार करता.

आपल्या या उदाहरणात, आपला असा विचार करण्याकडे कल असतो की : 'परिस्थितीवर पकड मिळव. तू या सगळ्यांचा खूपच नाटकीपणानं विचार करत आहेस.' किंवा 'थोडासा धीर धर, हिंमत खचू देऊ नकोस.' काही वेळा तर 'तुला याची अधिक चिंता का वाटत नाही?

तू या सगळ्याला नाकारलंच पाहिजेस. तू हे बरोबर करत नाहीस,' असा विचारही तुम्ही करता.

त्याऐवजी निष्कर्ष काढण्याची घाई न करता किंवा कोणतीही गोष्ट निश्चित न करता अगर अस्वस्थ संवेदनांमधून किंवा भावनांमधून सुटका करून न घेता, आपण कसे आहोत त्याचा आपण फक्त स्वीकार केला पाहिजे. प्रत्यक्षात, अशा प्रकारे तुम्ही संवेदनांशी किंवा भावनांशी संघर्ष करणं थांबवता त्या वेळी तुम्ही त्यांना पुढे जाण्याची मुभा देता आणि त्यामुळे त्यांचा तुमच्यावर कमी परिणाम होतो, निदान अधिक परिणाम तरी नक्कीच होत नाही.

### *निरीक्षक स्वत्व*

असे अनुभव घेणारा तुमच्यातील एक भाग या जगात असतो. अनुभव आणि परिवर्तन आपल्याला स्पर्श करून पुढे जातात. त्यांच्या बाहेर असलेला तुमचा एक भागही असतो. तो अपरिवर्तनीय, जागरूक, टीकाटिप्पणी करता न येणारा असतो आणि त्याची कोणत्याही प्रकारे हानी करता येत नाही. आपला हा भाग नेहमीच तिथे असतो आणि त्याच्यावर कसलाही परिणाम होत नाही. ज्या वेळी आपण आपल्या निरीक्षक स्वत्वात असतो त्या वेळी कोणताही अनुभव कायम टिकणार नाही, आपल्यावर नियंत्रण ठेवणार नाही किंवा आपल्याकरिता कायमच धोकादायक असणार नाही, हे जाणून घेण्याइतके आपण अलिप्त असतो. आपलं निरीक्षण करणारं स्वत्व हे जिज्ञासू, खुलं आणि जीवनात रुची असणारं असतं. ते कधीही जीवनाला विरोध करत नाही किंवा त्याला टाळत नाही. हे स्वत्व सारं काही पाहत असतं, पण त्या कुठल्याही गोष्टीचा त्याच्यावर काहीही परिणाम होत नाही. ते अविचल असतं. आपल्याला कोणताही अनुभव आला किंवा तो कितीही तीव्र असला तरी आपल्यातील या भागावर त्याचा काडीचाही परिणाम होत नाही. त्याची ओळख सर्वांसमोर किंवा आपल्या समोरही येत नसली तरी ते स्वत्व सगळ्या गोष्टींचं निरीक्षण करण्यास सक्षम असतं. हेच स्वत्व आपल्याला निवड करण्याची शक्ती देतं. आपल्याला कितीही क्षणभंगुर, निसटते अनुभव आले तरी ते आपल्याला आपली मूल्यं ओळखू देतं आणि त्या मूल्यांनुसार कृतींची निवड करू देतं.

इथे तुमची जाणीव, जागरूकता आणि तुमच्या सर्वसामान्य मानसिक आकलनात्मक प्रक्रिया यांमधील फरक ओळखणं महत्त्वाचं असतं. फक्त नेहमीप्रमाणे विचार करणं याचा अर्थ जागरूक होणं किंवा जाणिवेत असणं असा होत नाही. विचार करताना आपण कल्पना निर्माण करतो, स्मृतींमध्ये बुडून जातो, आपल्या विश्वासांमध्ये गुंतून पडतो....इत्यादी, इत्यादी. परंतु ज्या वेळी आपण जागरूक असतो त्या वेळी आपण फक्त आपलं मन कोणते विचार निर्माण करत आहे त्याचं निरीक्षण करतो. विचार करताना कदाचित आपला असा विश्वास असतो की, 'मी दुःखी आहे. सगळ्या गोष्टी जशा आता आहेत तशा असावयास नको होत्या', परंतु आपल्या निरीक्षक स्वत्वात असताना, आपण फक्त इतकीच नोंद घेतो की, 'गोष्टी या अशा आहेत'.

जे लोक निराशेशी दोन हात करत असतात, त्यांना असं वाटतं की, आपल्याला साक्षीभावाची नेहमीच नेमकेपणानं मदत होत नाही, कारण 'जागरूक असण्याशी' ते रोजच्या चिंतन-मननाची गल्लत करतात.

आपल्या उदाहरणाचा विचार केला, तर निरीक्षक स्वत्व हे अनुभव घेत असलेल्या स्वत्वाच्या तुलनेत एक पाऊल मागे जाऊ शकतं. याचा अर्थ दोन स्वत्वं असतात. एका स्वत्वाला धक्कादायक, दुःखद अनुभव येतो, तर दुसरं स्वत्व त्या धक्क्याचं, दुःखाचं अवलोकन करत असतं. ते म्हणतं, 'आता माझं डोकं गरगरत असल्यासारखं वाटतंय. माझं शरीरही अचानकच तणावग्रस्त झाल्यासारखं ताठरलंय. मला रडेन की काय असं वाटतंय. मला एखादी वाईट बातमी समजली आहे आणि त्यामुळेच मला अशी स्पष्ट तीव्र प्रतिक्रिया जाणवत आहे...'

## *मूल्यांचा शोध घेणं*

जागरूकता ही स्वतःच अत्यंत मूल्यवान असते, परंतु आपण ॲक्टच्या (एसीटीच्या) शक्तीच्या साहाय्यानं जागरूक होऊ शकतो आणि नंतर ती जागरूकता त्याहून अधिक मोठ्या संदर्भाकरिता वापरू शकतो. आपल्याला खरोखरच प्रत्यक्षात काय महत्त्वाचं असतं?

आपल्याला सर्वांत जास्त काळजी कशाची असते?

आपल्याला कोणत्या प्रकारची व्यक्ती होण्याची इच्छा असते?

मुळातच आपण पृथ्वीतलावर का आहोत?

आपली कोणत्या उद्देशानं सर्वाधिक तयारी करवून घेण्यात आलेली असते : एखाद्या गोष्टीच्या निर्मितीसाठी की एखाद्या गोष्टीचा बचाव करण्यासाठी?

आपला हेतू कोणत्या गोष्टीतून साध्य होतो? आपल्याला कोणत्या गोष्टीतून आनंदाचा आणि जीवनातील अर्थपूर्णतेचा लाभ होतो?

ॲक्ट आपल्याला अधिक चांगल्या जीवनाची निर्मिती करण्यासाठी मदत करतं असं आपण म्हणतो, परंतु हे अधिक चांगलं जीवन म्हणजे नेमकं काय आहे, ते कसं असलं पाहिजे हे आपली स्वतःची विशिष्ट वैयक्तिक मूल्यं ठरवतात. तुमच्या अंतःकरणात तुम्ही विशिष्ट तत्त्वं आणि विश्वास जोपासलेले असतात. ते तुम्हाला एका विशिष्ट दिशेला जाण्याकरिता प्रवृत्त करतात. त्या प्रकारे तुम्ही वागलात तर आपण प्रामाणिकपणे आणि आपल्या उद्दिष्टानुसार जगलो किंवा वागलो असं तुम्हाला वाटतं. उद्दिष्टं ही अल्पावधीची आणि विशिष्ट प्रकारची असतात. मूल्यं मात्र जीवनातील अधिक मोठ्या चित्राची कोणती दिशा आहे त्याविषयी भाष्य करतात.

काही वेळा, मूल्यांमध्ये संघर्ष निर्माण होतील किंवा ती संदिग्ध असतील किंवा अगदी बदलतीलसुद्धा. ते सारं काही ठीकच असेल. तुम्ही सातत्यानं एक प्रश्न विचारू शकाल : 'अगदी इथे आता, या क्षणी या परिस्थितीच्या संदर्भात माझी मूल्यं काय आहेत?' तुम्ही नेहमीच स्वतःला हा प्रश्न विचारत राहिलात तर तुम्ही कधीही फारसे भरकटणार नाही. आता पुन्हा एकदा आपल्या उदाहरणाकडे वळू या. कालौघात, जागरूक होऊन आपण स्वतःला असं विचारू शकतो की : 'मी कधीही माझ्या वर्तनाला भीतीपोटी एखादी दिशा द्यावी किंवा भीतीच्या नियंत्रणाखाली असावं असं मला वाटत नाही. मला अशा प्रकारची व्यक्ती व्हायचं नाही. मी एक शूर व्यक्ती आहे आणि मी धाडसाला महत्त्व देतो. माझ्या आरोग्याच्या बाबतीत काहीही झालं तरी त्यामुळे मला फरक पडत नाही. मला हे माहीत आहे की, मी नेहमीच खंबीर आणि सन्मानानं राहण्याची निवड करू शकतो आणि मुळात याच्यातूनच मला धाडस मिळतं.'

## *बांधिलकी पत्करून कृती करणं*

अखेरीस, ज्या वेळी तुमची मूल्यं स्पष्ट होतात आणि तुम्हाला त्यांची जाणीव असते, तुम्ही त्यांच्याविषयी पूर्णपणे जागरूक असता, त्या वेळी तुम्ही अंतिम प्रक्रियेशी जोडले जाता. कृतीशी बांधिलकी पत्करून ती करणं हीच ती प्रक्रिया असते. ही फक्त कोणतीही जुनी कृती नसते, तर मूल्यवान कृती असते. सजग किंवा जागरूक स्फूर्तीशिवाय करण्यात आलेली कोणतीही उत्तम कृती किंवा हेतू निरुपयोगी असतो आणि अशा प्रकारे केलेली कोणतीही अत्यंत वाईट कृती ही हानिकारक असते. तुमच्याकडे तुमच्या मूल्यांशी बांधिलकी असलेली पुरेशी सचेतन जागरूकता असेल, तर कोणत्याही क्षणी तुम्ही कृती करू शकता. परंतु तुमच्या कृतींना आकार आणि अर्थ देणं हे तुमच्यावर अवलंबून असतं.

कदाचित, तुम्ही असं ठरवता की, तुमच्या कर्करोगाच्या निदानाविषयीची शक्य तितकी माहिती तुम्ही मिळवणार आहात. भीतीच्या आणि व्याकूळतेच्या कह्यात जाण्याऐवजी आपली आरोग्यविषयक माहिती मिळवून पूर्वसक्रिय राहणं अधिक चांगलं आहे असं तुम्हाला वाटतं. कदाचित, तुम्ही आपल्या नोंदवहीकडे वळता आणि तुमच्या डॉक्टरशी चर्चा करावयाचे प्रश्न टिपून ठेवता किंवा तुमच्या आजाराच्या निदानाविषयी तुमच्या कुटुंबीयांशी कशा प्रकारे बोलावं याची तुम्ही जागरूकपणे निवड करता.

तुम्हाला माहीत आहे त्याप्रमाणे, ॲक्टच्या दृष्टिकोनात जागरूकता आणि स्वीकृती यांचं एकत्रीकरण केलं जातं. तुमचं जीवन प्रत्यक्षात अधिक चांगलं करण्यासाठी आवश्यक असलेली सजग, मूल्याधारित कृती सुरू करण्यासाठी त्याचा उपयोग केला जातो.

आपल्या अंतर्गत अनुभवाशी आणि तुमच्या जीवनाशीही असलेल्या तुमच्या नात्यात तुम्ही बदल करता. बाह्य घटनांचा तुमच्यावर होत असलेला परिणाम तुम्ही कमी करता आणि आपल्या जीवनाचं नियंत्रण अधिक प्रमाणात स्वतःकडे घेता. ज्या वेळी तुम्ही परिस्थिती बदलू शकत नाही, त्या वेळी स्वीकृतीचा भाग तुम्हाला परिस्थितींशी जुळवून घेण्याची अनुमती देतो. ज्या वेळी तुम्ही परिस्थितीत बदल करू शकता, त्या वेळी तुम्ही एका सक्षम, जागरूक स्थितीतून ते करता आणि तुमच्या जीवनात अखेरीस काय

महत्त्वाचं आहे त्या गोष्टी तुमच्या कृतीतून प्रतिबिंबित होतील याची खात्री करून घेता. दैनंदिन जीवनात साक्षीभावाला अधिक प्रमाणात, व्यवहार्यपणे व त्याबरोबरच अधिक वैयक्तिक अर्थपूर्णतेनं लागू करता येण्याचा एक मार्ग म्हणून याचा विचार करा. आता, वर दिलेल्या सगळ्या गोष्टींचा विचार केल्यानंतर खूप काही लक्षात ठेवावं लागेल असं वाटतं. परंतु अगदी या क्षणी ॲक्टचा दृष्टिकोन तुमच्या जीवनात आणण्याचा एक साधा मार्ग आहे. तो पुढीलप्रमाणे आहे :

ॲक्ट म्हणजे काय ते लक्षात ठेवा.

**ए –** वर्तमान क्षणातील तुमच्या अंतर्गत अनुभवाचा स्वीकार करा.

**सी –** म्हणजे मूल्यवान दिशेची निवड करा.

**टी –** त्या दिशेनं कृती करा.

उदाहरणार्थ :

**ए :** स्वीकार करा. आपल्या कार्यक्रमात तुम्हाला तुमच्या मित्रांनी न बोलावल्यामुळे तुमच्या मनात दुःखाची भावना निर्माण झाल्याचं आणि त्यांनी तुम्हाला वगळल्याचं निरीक्षण करा. या गोष्टीचा स्वीकार करा. कोणत्याही प्रकारे निवाडा किंवा मूल्यमापन न करता किंवा टाळाटाळ न करता तिचा विस्तार करा आणि तुमच्या निरीक्षक स्वत्वाच्या पातळीवरून या भावनांमध्ये राहून श्वसन करा.

**सी :** एका महत्त्वपूर्ण दिशेची निवड करा. तुमच्या नात्यांमध्ये तुम्ही दयाळूपणाला आणि समरसतेला महत्त्व देत असल्याचं लक्षात घ्या. तुमच्या मित्रांनी ओळखलेलं असो वा नसो, पण तुमच्याकडे हे अंगभूत मूल्य आहे हे समजून घेऊन त्यांना क्षमा करण्याची आणि स्वतःविषयी दयाळूपणे वागून ही गोष्ट विसरून जाण्याची निवड करा.

**टी :** कृती करा. नाकारले गेल्याच्या भावनेतच गुरफटून राहण्याऐवजी दुसऱ्या एखाद्या मित्राशी संपर्क साधा किंवा तुम्हाला आवडत असलेली इतर एखादी गोष्ट करा.

## *नकारात्मक चिंतनावर प्रभुत्व मिळवा*

पुढच्या प्रकरणात आपण चिंताजनक विचारांच्या सामग्रीवर अधिक बारकाईनं नजर टाकणार आहोत. तसंच या विचारांनी आपल्याकरिता अधिक चांगलं काम करावं यासाठी त्यांना एकमेकांपासून अलग करून त्यांचं कसं पुनर्लेखन करता येईल याचाही अधिक तपशीलवार विचार करणार आहोत. मात्र, सध्या तरी फक्त अतिविचार करण्याच्या म्हणजेच नकारात्मक चिंतनाच्या प्रक्रियेचा जागरूकतेनं विचार करू या. नकारात्मक चिंतन आणि काळजी या दोन्ही गोष्टी एकमेकींसोबतच जातात. खरं तर चिंता निर्माण करणारं इंजिन म्हणूनच तुम्ही नकारात्मक चिंतनाचा विचार करू शकता.

सर्वसामान्यपणे तुमचा मेंदू हे एक अद्‌भुत साधन असतं. समस्यांचं निराकरण करणं, नवीन गोष्टी तयार करणं आणि काम करण्याची लक्ष्यं ओळखणं यांमध्ये हे इंजिन तुम्हाला मदत करतं. विचार करणं ही अद्‌भुत बाब आहे. तिच्यामुळेच आपल्या पूर्वजांना शिकणं, धोका टाळणं आणि त्यांच्या पर्यावरणाचं अचूकतेनं मूल्यमापन करणं या गोष्टी करता आल्या होत्या. परंतु हीच मानसिक प्रक्रिया जर नियंत्रणाच्या बाहेर गेली तर ती एक दुःस्वप्न ठरू शकते. असं म्हटलं जातं की, मन हा तुमचा एक चांगला सेवक असतो, परंतु तो तितकाच भीतिदायक मालकही असतो.

## *नकारात्मक चिंतन कसं ओळखता येतं?*

कोणत्याही विषयांच्या तपशिलावर पुनःपुन्हा विचार करत राहणं, निरर्थक गोष्टींवर काम करत राहणं, शक्यतांविषयी आसक्ती बाळगणं, स्वतःवर नाराज होणं, आत्मनिंदा करणं, विचार करणं थांबवण्याचे प्रयत्न करणं, पण ते थांबवता न येणं किंवा काल्पनिक दृश्यांचा किंवा चर्चांचा सराव करणं... हा सगळा नकारात्मक चिंतनाचाच एक भाग आहे. आपला मेंदू असा विचार करतो की, तो आपल्याला मदत करत आहे, परंतु तुम्ही पूर्णपणे तणावग्रस्त होईपर्यंत तो फक्त त्याच त्याच गोष्टी मनाशी चघळत राहतो. सर्वसामान्य विचार करणं आणि नकारात्मक चिंतन यांच्यात काय फरक आहे? खरं म्हणजे हे समजून घेणं सोपं आहे. सर्वसामान्य विचार करण्यातून समस्या सोडवणुकीस आणि काहीतरी शिकण्यास मदत होते. नकारात्मक चिंतन निरुपयोगी असतं. त्याच्यामुळे आपल्याला फक्त वाईट वाटतं.

मात्र तरीही सत्य परिस्थिती अशी आहे की, आपण सगळेच कधी ना कधी नकारात्मक चिंतन करत राहतो. आपण सगळेच जण रोखता न येणाऱ्या विचारांमध्ये अडकून पडतो. परंतु या विचारांना कसा प्रतिसाद द्यावा याची निवड आपण करू शकतो. आता आपण नकारात्मक चिंतन का करतो यावर पूर्वसक्रिय, खुल्या आणि जिज्ञासू मनोरचनेत राहून एक नजर टाकू या. सहसा नकारात्मक चिंतन करून आपण पुढीलपैकी कोणतीतरी एक गोष्ट करण्याचा प्रयत्न करतो :

- भविष्याला तोंड देण्यासाठी तयार होणं
- भूतकाळातून शिकणं

संशोधनातून असं दिसून आलं आहे की, ज्या वेळी आपण काळजी करतो, त्या वेळी प्रत्यक्षात आपण तात्पुरत्या स्वरूपात कमी तणावग्रस्त झाल्याची आणि कुठल्यातरी गोष्टीवर चिंतन करत असल्याची भावना आपल्याला जाणवते. त्यामुळे काळजी करण्यातून आणि एखाद्या गोष्टीवर नकारात्मक चिंतन करण्यातून, संबंधित गोष्टीवर किंवा परिस्थितीवर आपलं नियंत्रण असल्याची आपली भ्रामक समजूत होते. आपण जितकी अधिक काळजी करू, तितकी भावी प्रसंगाला किंवा परिस्थितीला तोंड देण्याकरिता आपली अधिक चांगली तयारी होईल किंवा भूतकालीन गोष्टींवर आपण तितक्या अधिक बारकाईनं आवश्यक प्रक्रिया केली आहे असंही आपल्याला वाटतं. परंतु आपल्याला मिळणारा हा दिलासा भ्रामक आणि अल्पजीवी असतो, कारण प्रत्यक्षात त्याच्यामुळे आपला कोणताही हेतू साध्य होत नाही. तुम्ही त्याच त्याच विचारचक्रातून सातत्यानं फिरत राहता, तुम्ही विचार करण्याऐवजी फक्त नकारात्मक चिंतन करत असल्याचं हे मोठं चिन्ह असतं. सर्वसामान्य विचाराला प्रारंभ आणि अंत असतो, तर नकारात्मक चिंतन हे त्याच त्याच विचारांभोवती भिरभिरत आणि गुरफटत राहतं. अखेरीस त्याची काहीही मदत होत नाही आणि ते कोणतीही नवीन मर्मदृष्टी देत नाही. म्हणजेच त्याच्यातून तुम्ही कोणतीही नवीन गोष्ट शिकत नाही.

नकारात्मक चिंतनात भावनिक आवेग असतो हे त्याचं आणखी एक लक्षण आहे. तुम्ही अत्यंत वाईट दृश्यांवर आणि सर्व भीषण, भेसूर तपशिलांवर लक्ष केंद्रित करत आहात का? मग तुम्ही नकारात्मक चिंतन

करत आहात. सगळ्यांत वाईट गोष्ट कदाचित घडू शकते हे खरं आहे, पण तुम्ही फक्त संभाव्य अत्यंत वाईट गोष्टींवरच पूर्णपणे आपलं लक्ष केंद्रित करत असल्याचं आणि संभाव्य चांगल्या किंवा तटस्थ, उदासीन फलितांकडे दुर्लक्ष करत असल्याचं तुम्हाला आढळलं तर तुम्ही नकारात्मक चिंतन करत असल्याची शक्यता आहे.

## *तुमच्या विचारांना तुम्ही आव्हान देऊ नये, यामागचं कारण*

मनात उद्भवत असलेल्या विचारांना आव्हान देणं आणि त्यांना अधिक अचूक विचारांनी दूर करण्याचा प्रयत्न करणं हे एक सामाईक तंत्र आहे. उदाहरणार्थ, सीबीटीमधील आकलनात्मक वर्तनात्मक उपचारपद्धती.

ही गोष्ट बौद्धिक पातळीवर अतिशय उचित असल्यासारखी वाटत असली, तरी ती क्वचितच काम करते ही या पद्धतीतील एक अडचण आहे. तुम्हाला 'अनुभवात्मक टाळाटाळ' आठवते का? ज्या वेळी तुम्ही स्वतःशीच वाद घालता, त्या वेळी तुमच्या तत्कालीन वास्तवाशी तुम्ही असहमत असता. तुम्ही त्या संदर्भात मूल्यमापनात्मक, निवाडा करणारा, असहिष्णू दृष्टिकोन स्वीकारलेला असतो. तुमच्या मनात कोणती गोष्ट आपोआप आणि उत्स्फूर्तपणे निर्माण व्हावी, यावर तुमचं कसलंच नियंत्रण नसतं. म्हणून त्याऐवजी तुम्ही काय विचार केला पाहिजे याविषयीच्या आणखी कल्पनांनी तुम्ही त्या विचारांच्या विरोधात लढा देऊन किंवा त्यांच्याशी वाद घालून काय उपयोग होणार आहे? प्रत्यक्षात अशी चर्चा किंवा विरोधाची ही प्रक्रिया नेहमीच ती चिंता संपुष्टात आणण्याऐवजी चिंतेच्या किंवा नकारात्मक चिंतनाच्या एका नवीन वेढ्याची सुरुवात करते.

होय. आपले विचार हे फक्त माहिती, प्रतीकं आणि कथा असतात. ते सत्य असलेच पाहिजेत असं नाही. परंतु जर आपण जिज्ञासूपणाची आणि करुणापूर्ण किंवा समरसतापूर्ण शोध घेण्याची मनोरचना स्वीकारली तर आपल्याला जबरदस्तीनं दुसऱ्या कशाचातरी विचार करण्यास भाग पाडून, स्वतःवर टीका करण्याऐवजी आपण या सगळ्यांविषयी जागरूक होऊ शकू. निदान काही वेळा तरी 'उचित' विचार काय आहे यावर स्वतःशी वाद घालणं शक्य नसतं. कारण तुम्हाला नेहमीच ते माहीत नसतं. तुम्ही अज्ञात गोष्टींना हाताळत असाल किंवा अनोळखी व्यक्तींबरोबर काम

करत असाल तर तुमच्या मनात कोणत्या प्रकारचा विचार आला पाहिजे याविषयी स्वतःशी बोलण्याचा किंवा तसा प्रयत्न करण्याचा उपयोग होणार नाही. त्याऐवजी विवेकानं वागण्याचा सराव करा. स्वतःशी वाद घालण्याची किंवा स्वतःला आव्हान देण्याची काहीच गरज नसते. हे काही युद्ध नाही. त्याऐवजी हळुवारपणे, मृदूपणानं आणि जिज्ञासूपणानं वागा. स्वतःला पुढील प्रश्न विचारा :

**'हा विचार मला कोणत्या ना कोणत्या प्रकारे मदत करतो का?'**

मदत करणारा किंवा साहाय्यभूत ठरणारा विचार आहे का, असा विचार करणं याचा अर्थ तो विचार आपल्या इच्छित ठिकाणी किंवा दिशेला आपल्याला घेऊन जात आहे का, हे आपल्याला जाणून घ्यायचं असतं. तो विचार खरा किंवा चांगला आहे का हे आपण विचारत नाही, हे लक्षात ठेवा. हा नैतिक निर्णय नाही. याचं कारण असं आहे की, एखादा विचार हा सत्य असू शकतो; परंतु तरीही तो अगदीच निरुपयोगी असतो. तो अगदी शंभर टक्के अचूक असला तरी त्याच्यातच अडकून पडणं ही वाईट कल्पना असते. विचार चांगला आहे की वाईट आहे याचा आपण निवाडा करतो, त्या वेळी या सगळ्या प्रक्रियेत बहुधा स्वतःची हानीही करून घेतो, म्हणूनच आपल्यापैकी अनेक जण अतिविचारात अडकून पडतात. परंतु ही उपयुक्त मूल्यमापनपद्धती नाही.

परंतु तो विचार उपयुक्त आहे की निरुपयोगी आहे, हा प्रश्न विचारणं अधिक सोपं असतं. यामुळे सगळ्या गोष्टी सरळ-साध्या होतात आणि त्यांना तुमच्या जीवनाच्या संदर्भात व तुम्हाला काय साध्य करायचं आहे या संदर्भात ठेवता येतं. ॲक्टचा विचार करताना आपण केलं होतं त्याप्रमाणे इथेही एक मापदंड म्हणून आपण कृतीचा उपयोग करून घेऊ शकतो. एखादा विचार मनात आल्यामुळे आपल्याला आपल्या मूल्यांनुसार कृती करण्याची अधिक स्फूर्ती मिळाली तर तो विचार उपयुक्त आहे असं आपण म्हणू शकतो. जर एखाद्या विचारानं आपल्याला अधिक लवचीक केलं, भावी नियोजनाविषयी अनेक कल्पना दिल्या, परिस्थितीशी जुळवून घेण्यास मदत केली किंवा एखादी गोष्ट शिकवली तर तो उपयुक्त असतो. मूलतः आपल्याला एखाद्या विचाराला समोर ठेवून असं विचारायचं असतं की:

'प्रत्यक्षात हा विचार माझ्यासाठी कशाची निर्मिती करतो?' म्हणजेच याच्यामुळे 'मला नेमकं काय मिळणार आहे?'

आता काही उदाहरणांच्या साहाय्यानं हा मुद्दा स्पष्ट करू या. समजा, असा विचार आहे की : 'माझा प्रेमसंबंध किंवा विवाहसंबंध मला दुःखी करत आहे.' तुम्ही असा विचार केला तर त्याचे परिणाम काय होतील? तुम्ही दुःखी व्हाल. तुमचं लक्ष आणि अवधान या दुःखावरच खिळून राहील. इथे सांगायचा मुद्दा हाच आहे. हा विचार खरा आहे, परंतु त्याच्यावर विचार करत राहिल्यामुळे खऱ्या अर्थानं काहीच उपयोग होणार नाही. तुम्ही या विचारानुसार वागू लागलात तर तुम्ही फक्त त्या दुःखाच्या भावनांबरोबर बसून राहिल्याचं दृश्य दिसण्याची शक्यता आहे. तुम्हाला निराश आणि निष्क्रिय, उदासीन झाल्यासारखं वाटेल.

तुम्ही असाही विचार करू शकाल, 'सारं काही ठीक आहे. कोणत्याही गोष्टीची काळजी करण्याचं काहीच कारण नाही.' आता याबाबतीत हा विचार असत्य आणि निरुपयोगी असेल. या विचाराबरोबर तुम्ही पुढे जात राहिलात तर तुम्ही शहामृगाप्रमाणे वाळूत डोकं खुपसून राहून वस्तुस्थितीकडे पाठ फिरवाल. अशा वेळी उपयुक्त नसलेल्या नातेसंबंधात तुम्ही तसेच अडकून राहाल.

अखेरीस, तुम्ही असा विचार करू शकाल, 'मला यापुढे या नातेसंबंधात राहायचं नाही. परंतु अद्याप मी कोणतीही निवड केलेली नाही. मला निर्णय घेण्याची भीती वाटत असल्यासारखं वाटतंय.' हा विचार वेगळा आहे. तोही दुःखाला स्वीकारतो, पण समस्या सोडवणुकीला आणि कृती करण्यास वाव देतो. आधीच्या दोन विचारांच्या तुलनेत हा विचार खूपच अधिक उपयुक्त आहे, कारण तुम्ही या विचाराच्या आधारानं पुढे गेलात तर तुम्ही कृती करण्याची आणि उपाय शोधण्याची शक्यता असते. नकारात्मक चिंतनशैली असलेले विचार उपयुक्त असल्यासारखे वाटतात; परंतु त्यांचं अधिक जवळून परीक्षण केल्यानंतर ते उपयुक्त नसल्याचं दिसतं. ते तुम्हाला कोणतीही व्यवहार्य माहिती देत नाहीत किंवा पुढे जाण्याचा मार्ग सुचवत नाहीत किंवा उपाययोजनेविषयी एखादी सूचना किंवा संकेत देत नाहीत. कृती करण्यायोग्य मूल्याच्या संदर्भात तुमच्या विचारांकडे पाहण्यास तुम्ही सुरुवात केली तर तुम्हाला एखादा दृष्टिकोन मिळेल. तुम्ही अधिक पूर्वसक्रिय व्हाल आणि स्वतःला तणावात टाकण्याचा निरर्थक स्वाध्याय करत राहण्याऐवजी एक साधन म्हणून तुम्ही त्या विचाराचा वापर करू शकाल.

पण समजा, तुम्हाला कोणतीही उपाययोजना सुचलीच नाही तर काय होईल? हा प्रश्न अवघड आहे, परंतु याचं उत्तर स्पष्ट आहे. जर विचार करण्यामुळे तुमच्या समस्येवर उपाय शोधण्यास मदत होत नसेल आणि होऊ शकणारही नसेल तर त्या समस्येचा विचार करू नका. कदाचित, तुम्ही त्या क्षणी इतके अस्वस्थ किंवा भावनाशील असाल की, त्यामुळे तुम्हाला उपाययोजना दिसू शकणार नाही किंवा परिस्थितीत थोडी सुधारणा होईपर्यंत तुम्ही संयमानं वाट पाहण्याची गरज असेल. काहीही असलं तरी नकारात्मक चिंतनाची कसलीच मदत होणार नाही. प्रत्यक्षात त्यामुळे तुम्ही चिखलात आणखी रुताल. अशा वेळी निकोप विचलनाचा शोध घ्या. म्हणजेच मन विचलित करणाऱ्या इतर कुठल्यातरी गोष्टीकडे स्वतःला वळवा. थोड्या वेळानंतर त्या समस्येकडे वळा आणि नव्यानं तिच्यावर नजर टाका.

असं करणं म्हणजे समस्येला टाळणं नव्हे. तुम्ही त्या समस्येची सोडवणूक करण्याची गरज असल्याचा जाणीवपूर्वक स्वीकार करत आहात. परंतु अद्याप आपण तिच्यावरची उपाययोजना शोधण्याच्या मनःस्थितीत नाही हेही तुम्ही ओळखलं आहे. पुन्हा एकदा ॲक्टकडे वळू या. त्या समस्येमुळे तुम्ही पूर्णपणे दडपून गेला आहात आणि जेरीस आला आहात व अस्वस्थ आहात हे बहुधा तुमच्या लक्षात येतं आणि म्हणून तुम्ही स्वतःशीच म्हणता, 'मला काहीच सुचेनासं झालं आहे. आता मी थोडा वेळ थांबतो. थोडी विश्रांती घेतो आणि माझं डोकं शांत होईपर्यंत लांब अंतरापर्यंत धावायला जातो.' यामुळे तुम्ही शांत व्हाल आणि नकारात्मक चिंतनाच्या तावडीतून आपली सुटका करून घेऊन निवांत मनःस्थितीत येऊ शकाल.

तुमचा मेंदू हा समस्या सोडवणूक करणाऱ्या एखाद्या शक्तिशाली यंत्रासारखा असतो. तो विचार करतो. परंतु अखेरीस तुमच्या स्वतःकडेच (म्हणजे तुमची सचेतन जाणीव आणि हेतू यांच्याकडेच) सगळी सूत्रं असतात. सोडवता न येणाऱ्या समस्येची तुम्ही काळजी करत राहिलात आणि त्या चिंतेतच बुडून गेलात तरीही तुमच्या मेंदूचं यंत्र कधी बंद करायचं किंवा त्याला कधी वेगळी दिशा द्यायची हे तुमच्यावरच अवलंबून असेल.

जर तुम्ही मेंदूला रोखण्याचा प्रयत्न केला नाही, तर तो न सोडवता येणारी समस्या सोडवण्याचे जीवतोड प्रयत्न करत राहील. परंतु तुमच्या निरीक्षक स्वत्वाच्या साहाय्यानं तुमच्या अधिक मोठ्या भागाशी तुम्ही नेहमीच जोडले जाऊ शकता आणि तुम्हाला साहाय्यभूत न ठरणारं नकारात्मक चिंतन थांबवू

शकता. इथेच स्वीकारार्हता समोर येते. एखादी परिस्थिती फार चांगली नसेल आणि ती बदलणंही शक्य नसेल तर तिला जाणीवपूर्वक मान्यता देणं आणि तिचा स्वीकारही करणं, असा आपल्यासाठी याचा अर्थ असू शकतो. आपल्याला आपल्या मेंदूचा प्रमुख म्हणून काम करावंच लागतं. त्याच्यावर नियंत्रण ठेवावंच लागतं आणि मग आपण जणू काही म्हणतो, 'मेंदू, मी तुझा आभारी आहे, पण आता यापुढे तुझ्या समस्या सोडवणुकीची मला आवश्यकता नाही.'

तुमच्या विचारांना आव्हान देण्याची किंवा त्यांच्याशी दोन हात करण्याची काहीच गरज नसते ही गोष्ट लक्षात ठेवा. तुम्ही प्रयत्नपूर्वक विचारांना रोखण्याची गरज नसते. त्याऐवजी एक माणूस म्हणून सर्व प्रकारचे विचार तुमच्या मनात येतील हे लक्षात ठेवा. त्यात उपयुक्त आणि निरुपयोगी, खरे आणि खोटे असे सर्व प्रकारचे विचार असतील. परंतु ते सगळे विचार आहेत. तुम्हाला नेहमीच त्यांची जाणीव असू शकते. काय होत आहे त्याचं निरीक्षण करा. ते कोणते विचार आहेत ते पाहा आणि एकदा ते मनात आले की, त्यांच्याविषयी काय करायचं याची निवड करा.

उपयुक्त विचार तुम्हाला मार्गदर्शन करू शकेल, तुम्हाला उपाययोजना शोधण्यास मदत करू शकेल किंवा तुमच्यासमोर शिकण्याजोगी अंतर्दृष्टी आणू शकेल.

निरुपयोगी विचार तुम्हाला एका चक्रात गुरफटवून ठेवेल. तो तुमच्या जागरूकतेला संकुचित करेल आणि तुम्ही स्वतःच निर्माण केलेल्या एका विचित्र बोगद्यात तुम्हाला अडकवून ठेवेल. त्या बोगद्यात राहिल्यामुळे तुम्हाला महत्त्वाची माहिती मिळणार नाही.

शांतपणे, संघटितपणे आणि नियंत्रितपणे राहणं याचा अर्थ आपल्या मनात फक्त चांगले विचारच येत राहतील आणि आपलं मन अतिशय स्वच्छ असेल असा नाही. त्याऐवजी आपल्या मनात सगळ्या प्रकारचे विचार आणि कल्पना येत राहतील. परंतु आता आपण त्या चक्राच्या बाहेर असू. आपल्याला दूरवरून निरीक्षण करता येईल आणि त्यांच्यापैकी एखादा विचार आपल्यासाठी काम करत आहे का, तो आपल्या मूल्यानुरूप आहे का हे पाहून त्या विचाराची जाणीवपूर्वक निवड करता येईल. एखादा विचार हा फक्त विचार आहे, त्याला काहीही अर्थ नाही हे माहीत झाल्यामुळे मोठं स्वातंत्र्य मिळाल्याची, मुक्ततेची जाणीव होते.

आपल्या निरीक्षक स्वत्वात शिरणं आणि काय महत्त्वाचं आहे ते आपण ठरवू शकतो याची जाणीव करून घेणं हा नकारात्मक चिंतनाच्या आणि अतिविचाराच्या पिंजऱ्यातून बाहेर पडण्याचा मार्ग आहे. आपण त्या विचारांना चाळणी लावून त्याच्यातून उपयुक्त विचारांची निवड करू शकतो आणि उपयुक्त नसलेल्या विचारांना सोडून देऊ शकतो. कशा प्रकारे कृती करावी आणि मुळातच कृती केली पाहिजे का, याची आपण निवड करू शकतो. आपले विचार आपल्यावर नियंत्रण ठेवू शकत नाहीत किंवा आपल्याला कशातही अडकवू शकत नाहीत हे जाणून घेतल्यानंतरच आपण सचेतन जाणिवेतून वागू शकतो आणि कृती करू शकतो. यातच आपली शक्ती सामावलेली असते.

## सक्षमता प्राप्त करण्याच्या व्यूहरचना

विचार महत्त्वाचा नसतो. तुम्ही त्या विचाराचं काय करता ते महत्त्वाचं असतं. विचाराला एकदा ओळखलं की, निरुपयोगी नकारात्मक चिंतनाची आपल्या जीवनाला मूल्य प्राप्त करून देणाऱ्या आणि जीवनाला साहाय्य करणाऱ्या कृतींमध्ये पुनर्रचना करणं शक्य होतं. ज्या वेळी आपण विचारांशी आकलनात्मकदृष्ट्या संलग्न असतो, त्या वेळी आपले विचार हेच सर्वशक्तिमान असून संपूर्ण निर्विवाद, अटळ सत्य म्हणून ते आपल्यावर राज्य करत आहेत, त्यांचं म्हणणं आपण मान्य केलंच पाहिजे, यावर आपला विश्वास असतो. परंतु हा आभास असतो, कारण नेहमी आपण स्वतःच सूत्रधार असतो. एकदा तुमच्या हे लक्षात आलं की, मग नकारात्मक चिंतनाच्या तावडीतून बाहेर पडणं आणि स्वतःच्या अंतर्यामात प्रगाढ, स्थिरचित्ततेचा व शांततेचा शोध घेणं सोपं होतं. तुमची मनोरचना बदलण्याचे आणि तुमच्या मनाची सत्ता तुमच्या हाती आहे याची स्वतःला आठवण करून देण्याचे काही मार्ग इथे दिले आहेत :

### *तुमच्या नकारात्मक चिंतनाचं मूळ समजून घ्या*

सातत्यानं नकारात्मक चिंतन करण्याच्या सवयीमुळे विशिष्ट हेतू साध्य होतो. हा हेतू काय आहे? अशा चिंतनामुळे कोणती मानसशास्त्रीय गरज पूर्ण होते? नकारात्मक चिंतन करून आपण समस्येची सोडवणूक करत

आहोत असं आपल्याला वाटतं आणि त्यामुळे आपल्यावर आपलं नियंत्रण असल्यासारखंही वाटतं. आपल्याला असाहाय्य किंवा पीडित असल्यासारखं वाटलं की काही वेळा आपण नकारात्मक चिंतनाच्या या सवयीकडे वळतो. इतर वेळी आपण अतिविचार करतो, कारण त्यामुळे अनिश्चिततेची चिंता कमी होईल असा आपला विश्वास असतो.

काही लोकांकरिता अतिविचार करणं ही फक्त मानसिक मनोरंजन करून घेण्याची किंवा इतरांहून स्वतः श्रेष्ठ असल्याची भावना जपण्याची एक पद्धत असते. ते काहीही असलं तरी नकारात्मक चिंतन तुमच्या जीवनात नेमकी कोणती भूमिका बजावतं हे तुम्ही सांगू शकलात तर ती गरज अधिक उपयुक्ततेनं पूर्ण करण्यासाठी तुम्ही काही पावलं उचलू शकाल. तुम्हाला अनिश्चिततेला आणि नेहमीच आपल्यावर आपलं स्वतःचं नियंत्रण नसल्यामुळे निर्माण होणाऱ्या अस्वस्थतेला सहन करण्यास शिकण्याची पद्धत शोधावी लागू शकते.

नियंत्रण गमावणं खूपच भयावह आहे असा विचार तुम्ही कदाचित करत असाल, परंतु यातलं सत्य असं आहे की, स्वतःवर कमी विश्वास ठेवून इतरांवर विश्वास ठेवणं किंवा तुम्हाला माहीत नसलेल्या अगर तुमचं नियंत्रण नसलेल्या गोष्टी मान्य करणं यांमुळे प्रत्यक्षात तुम्हाला सर्वांगीण चिंताग्रस्ततेची कमी जाणीव होते. हळूहळू इतरांकडे नियंत्रण सोपवून आपल्या सहनशक्तीची आपण उभारणी करू शकतो, असं आपल्याला वाटतं. (अर्थातच, सहसा यातून आपल्यावर आपलं नियंत्रण असल्याची फक्त भ्रामक समजूत निर्माण होते आणि या समजुतीतूनच व्यक्ती पुन्हा एकदा नकारात्मक चिंतनाकडे वळते.)

### *करुणा आणि क्षमा यांचा सराव करा*

तुम्ही कदाचित भूतकालीन चुका, वादविवाद, वाईट भावना इत्यादी गोष्टींविषयी नकारात्मक चिंतन करत असाल. तुम्ही क्षमा करू शकत नसाल किंवा विसरूही शकत नसाल. तुमच्या जीवनातील वाईट प्रसंगांचा विचार करून एक तर तुम्ही स्वतःला दोष देत असाल किंवा कडवटपणे इतरांवर दोषारोप करत असाल. असं असेल तर, याच्यातून फक्त क्षमा आणि करुणा यांमुळेच तुमची सुटका होऊ शकेल. म्हणून क्षमा करणं आणि करुणेनं

वागणं हीच यावरची उपाययोजना असेल. अनेक लोकांना क्षमा करता येत नाही, कारण क्षमा म्हणजे काय याविषयी त्यांच्या मनात गैरसमज असतो. क्षमा ही तुम्ही दुसऱ्यांकरिता करत असलेली गोष्ट नसते. ती तुम्ही स्वतःकरिता करत असलेली गोष्ट असते. ती केल्यामुळे तुमचं दुःख नाहीसं होत नाही किंवा भूतकाळातून ती घटना पुसली जात नाही. पण तिच्यामुळे तुम्हाला जाणीवपूर्वक मन मोकळं करता येतं, मनात साचलेली संबंधित भावना सोडून देता येते आणि पुढे जाता येतं. एखाद्याला किंवा स्वतःला क्षमा करणं याचा अर्थ तुम्ही ती गोष्ट विसरता असा होत नाही. जे घडलं होतं त्याच्यातून तुमची सुटका होते किंवा जे घडलं ते तुम्ही मान्य करता असाही याचा अर्थ नसतो. याचा अर्थ जी चुकीची गोष्ट घडली ती तुम्हाला ठीक वाटते किंवा तुम्हाला तिच्याकडे दुर्लक्ष करायचं आहे, तिला विरोध करायचा आहे किंवा तुम्हाला अन्यायाला फारसं महत्त्व द्यायचं नाही असाही याचा अर्थ नसतो. याचा फक्त इतकाच अर्थ असतो की, तुम्हाला ज्या गोष्टीमुळे मदत होऊ शकते अशा गोष्टीत लक्ष घालण्याची तुम्ही जागरूकपणे निवड करत आहात. क्षमा करण्याचा इतर लोकांशी कसलाही संबंध नसतो. आपण फक्त शांतपणे संबंधित गोष्ट सोडून देण्याचा निर्णय घेतो. त्याकरिता आपल्याला कोणाच्याही परवानगीची गरज नसते किंवा त्या प्रसंगाचं कोणी समापन (समाप्ती) करण्याचीही गरज नसते.

## तीन 'एम'ची व्यूहरचना

अखेरीस, स्वतःला त्या क्षणातील चिंताग्रस्ततेच्या नकारात्मक चिंतनातून खेचून बाहेर काढण्याचा एक अत्यंत ठोस आणि व्यवहार्य मार्ग आहे. त्याला 'तीन 'एम' पद्धती' असं म्हणतात.

**मूव्ह** (शारीरिक हालचाल करा).
**मेक** (कशाचीतरी निर्मिती करा किंवा काहीतरी तयार करा).
**मीट** (कोणालातरी भेटा). असे ते तीन 'एम' आहेत.

काही वेळा तुम्हाला एखादा लहानसा, पण झटपट व तीव्र परिणाम असलेला उपाय हवा असतो. नकारात्मक विचारांच्या चक्रव्यूहातून तुम्हाला झटकन बाहेर खेचू शकणारा आणि ज्या मनोरचनेत तुम्ही पुन्हा एकदा अधिक

जागरूकपणे निवड करण्याची सुरुवात करू शकाल अशा मनोरचनेत तुम्हाला नेणारा उपाय तुम्हाला हवा असतो.

पहिल्यांदा तुम्ही जिथे आहात तिथून तुम्हाला पुढे जाण्याकरिता एखादी शारीरिक हालचाल करणं शक्य आहे का, ते पाहा. विचाराची रचना बदला आणि तुमच्या डोक्यातील विचारचक्रातून बाहेर पडा. त्या विचारावरचं लक्ष विचलित करण्यासाठी एखाद्या छोट्याशा निकोप शारीरिक हालचालीत स्वतःला गुंतवून घ्या. व्यायामशाळेत जा, लांब फिरायला जा किंवा काही मिनिटं नृत्य करा.

तुम्ही एखाद्या सर्जनशील गोष्टीची निर्मितीही करू शकता. जिच्यातून काहीही मिळू शकत नाही अशी अक्षम, निरुपयोगी मानसिक कृती हे नकारात्मक चिंतनाचं गुणवैशिष्ट्य असतं. सर्जनशील आणि उपयुक्त कृतीत रममाण होऊन तुम्ही तिला प्रतिकार करा. याचा अर्थ काहीतरी तयार करा. ते काय आहे यामुळे काहीच फरक पडत नाही. तुमच्या डोक्यातील विचारांमध्ये गुरफटून जाण्याऐवजी या जगात काहीतरी नवीन आणण्याकरिता फक्त कृती करा. केक तयार करा. काही घरगुती कामं करा किंवा घरबसल्या काही नवीन सर्जनशील गोष्टी करून पाहा. चित्र काढा, खराब झालेल्या शूजची दुरुस्ती करा, विणकाम करा किंवा स्वयंपाकघरातील कपाट व्यवस्थित लावा.

अखेरीस, तुम्ही कोणालातरी भेटण्याचा प्रयत्न करू शकता. नकारात्मक चिंतन ही अत्यंत अंतर्गत आणि खासगी गोष्ट आहे आणि ती तुम्हाला नेमकेपणानं भरकटवते, कारण बाह्य वातावरणाकडून तिचं नियमन केलं जात नाही किंवा तिच्यावर नियंत्रणही ठेवलं जात नाही. सामाजिक बंधांमुळे तुम्हाला व्यवहार्यपणे वागण्यास मदत होते आणि एक दृष्टिकोन मिळू शकतो. त्याबरोबरच तुमच्या मनातील विचारांची गती कमी होते आणि तुम्हाला आनंदी व उत्साही वाटू लागतं. तुमच्या स्वतःच्या विचारांच्या भोवऱ्यातून बाहेर पडण्याचा हा एक अतिशय प्रभावी मार्ग आहे.

## तणाव व्यवस्थापनाचे चार 'ए'

वर देण्यात आलेल्या शारीरिक हालचाल करणं, सर्जनशील गोष्टी करणं किंवा लोकांना भेटणं या गोष्टींसारख्याच या गोष्टीही आहेत. या तंत्रामुळे

तणावाच्या किंवा अतिविचारांच्या वादळात सापडलेल्या लोकांना जीवनरक्षक नौका मिळाल्यासारखं वाटेल. ध्यानाच्या तुलनेत या तंत्राचा वापर करणं सोपं आहे. त्यामुळे तुम्हाला दैनंदिन जीवनात तणाव निर्माण करणाऱ्या गोष्टींना हाताळण्यास मदत होईल. त्याकरिता तुम्हाला फक्त चार 'ए' लक्षात ठेवण्याची गरज असते. टाळणं (ॲव्हॉइड), बदलणं (अल्टर), स्वीकारणं (ॲक्सेप्ट) आणि जुळवून घेणं (ॲडाप्ट), असे हे चार 'ए' आहेत. फक्त हे चार मार्गच जीवनातील कोणत्याही तणावाला प्रतिसाद देण्याचे खरेखुरे मार्ग आहेत हे जाणून घेणं ही दिलासादायक बाब आहे. जोपर्यंत हे चार 'ए' तुमच्या डोक्यात चपखल बसत नाहीत आणि तुम्हाला तत्काळ आठवत नाहीत, तोपर्यंत शक्य असेल तर तुम्हाला सहज दिसतील अशा ठिकाणी कुठेतरी त्यांना लिहून ठेवा.

टाळणं ही तुम्ही करू शकत असलेली पहिली गोष्ट आहे.

ही गोष्ट इतकी सरळ वाटते की, ती प्रभावी ठरेल का, याविषयी शंका वाटू शकते, परंतु जीवनातील बऱ्याच त्रस्ततांपासून फक्त दूर जाऊन, त्यांना टाळून तुम्ही त्यांच्यावर मात करू शकता. जीवनातील प्रत्येक गोष्टीवर आपलं नियंत्रण नसतं; मात्र आपल्याला तणावपूर्ण परिस्थितींमध्ये किंवा तणावपूर्ण लोकांबरोबर राहावं लागू नये, म्हणून आपण परिस्थितींना सुरळीत करू शकतो. आपण प्रामाणिक असलो तर आपल्या असं लक्षात येईल की, आपल्या जीवनातील बराचसा तणाव हा ऐच्छिक असतो. आपण त्याला स्वीकारलंच पाहिजे असं नसतं.

तुमच्या वातावरणातील कोणत्या गोष्टीमुळे तुमच्यावर तणाव येतो आणि तो सुसह्य करण्यासाठी तुम्ही त्याच्यावर कसं नियंत्रण मिळवू शकता किंवा त्याला पूर्णपणे दूर करू शकता याचा विचार करा. शनिवारी सकाळी किराणा मालाच्या दुकानांमध्ये प्रचंड गर्दी असल्यामुळे तिथे जाण्याचा तिटकारा वाटत असलेल्या व्यक्तीचा विचार करा. तिथे गेल्यामुळे आपल्या मनात तणाव निर्माण होईल हे माहीत असल्यामुळे अशी व्यक्ती आपल्या वेळापत्रकाची पुनर्रचना करू शकेल. एखाद्या शांत दिवशी ती आपली आठवडाभराची खरेदी करू शकेल. उदाहरणार्थ, मंगळवारी संध्याकाळी ती त्याकरिता जाऊ शकेल. तुम्ही अतिशय गर्दीचा वार व वेळ टाळली तर अतिशय व्यग्र असलेल्या सुपरमार्केटमधील तणावाचं व्यवस्थापन करत बसण्याची गरजच उरणार नाही.

अशाच प्रकारे, तुम्ही तणावग्रस्त व्यक्तींनाही टाळू शकाल. सुट्टीत तुमचे आई-वडील तुमच्याकडे राहायला आल्यानंतर तुमच्या मनावर प्रचंड ताण येतो असं तुमच्या लक्षात आलं आहे का? तसं असेल तर जवळपासच्या एखाद्या गेस्ट हाउसमध्ये त्यांची सोय करणं शक्य आहे का, त्याचा विचार करा. एकमेकांच्या मनावर ताण येण्याजोग्या गोष्टी करण्या-बोलण्याकरिता एखाद्या खोलीत तुम्ही आणि तुमचे आई-वडील काही तास एकमेकांसोबत एकान्तात राहणार नाही, याची काळजी घ्या. घरात अशा प्रकारच्या कार्यक्रमांचं नियोजन करणं टाळा.

तुम्ही तणाव टाळता, त्या वेळी तुम्ही कोणत्याही जबाबदाऱ्यांपासून पळता किंवा वास्तविक समस्यांना नाकारता असा त्याचा अर्थ नसतो. तुम्ही फक्त अनावश्यक व हानिकारक तणावाला नकार देता. त्याला 'नाही' म्हणता. आपल्याकडून व आपल्या संसाधनांकडून खूप मोठ्या अपेक्षा आणि मागण्या असलेल्या लोकांना आणि परिस्थितींना आपण टाळू शकतो. ही संसाधनं म्हणजे आपल्या मानसिक शक्ती आणि अवधान असू शकतं, त्याबरोबरच आपला वेळही असू शकतो. जर तुमच्या जीवनातील एखादी अनावश्यक गोष्ट तुमचा सगळा वेळ खात असेल तर तिला सरळ 'नाही' म्हणा.

करावयाच्या आवश्यक गोष्टींच्या यादीवर नजर टाका आणि तातडीनं व प्राधान्यानं करणं आवश्यक नसलेल्या दोन किंवा तीन गोष्टींपासून सुटका करून घ्या. कामं इतरांवर सोपवा किंवा दुसऱ्या कोणावरतरी त्यांची जबाबदारी टाका. सगळीच्या सगळी कामं तुम्ही स्वतःच केली पाहिजेत असं नाही. म्हणून यापुढे कधी आपल्याला तणावपूर्ण परिस्थितीला तोंड द्यावं लागेल अशी तुम्हाला शंका आली तर, स्वतःला विचारा : 'मी ही सगळीच गोष्ट टाळू शकतो का?' जर तुम्हाला तसं करणं शक्य असेल तर तसं करा. आपल्याकरिता एक निकोप सीमारेषा निर्माण करण्याकरिता आवश्यक असलेलं हे एक मोठं पाऊल असेलच; शिवाय जीवनाचं सुलभीकरण करण्याचा आणि त्याला सुरळीतपणे पुढे नेण्याचाही तो एक मार्ग असेल. शिवाय, त्यामुळे आपल्या मार्गदर्शक मूल्यांचंही आपण पालन करू शकू. जर आपण प्रामाणिकपणे विचार केला तर जीवनातील ज्या क्षेत्रांची आपल्याला फारशी पर्वा नसते त्या क्षेत्रांमधूनच आपल्या जीवनातील बरीचशी चिंताग्रस्तता आणि तणाव निर्माण होत असल्याचं आपल्याला आढळेल. मग निर्णायकपणे महत्त्वाच्या नसलेल्या किंवा तुमच्या दृष्टीनं

फारसा अर्थ नसलेल्या एखाद्या गोष्टीकरिता तुमच्या मनाचं संतुलन आणि तुमचं स्वास्थ्य तुम्ही का गमवावं?

तुम्हाला परिस्थितीला टाळता येत नसेल तर तिच्यात बदल घडवून आणण्याचे मार्ग शोधण्याची गरज असेल. तिच्यात बदल घडवा.

इतरांना त्यांच्या वर्तनात बदल करण्यास सांगण्याचा एक पर्याय तुमच्याकडे नेहमीच असतो. उदाहरणार्थ, कामगार बाहेरच्या बाजूला करत असलेल्या कामामुळे मोठा आवाज होत असेल तर तुमचा महत्त्वाचा फोन कॉल तुम्ही संपवेपर्यंत त्यांनी दहा मिनिटं काम थांबवावं असं तुम्ही त्यांना विनम्रपणे सांगू शकाल. शांतपणे दुःख किंवा त्रास सहन करत बसण्यापेक्षा तुमच्या गरजा आणि भावना थेट सांगा. तुमच्या मित्राच्या बाष्कळ विनोदांमुळे तुम्ही दुखावले जात आहात असं त्याला सांगणं तुम्हाला कधीही शक्य होणार नसेल, तर शांतपणे बसून त्यामुळे झालेली हानी कायमच सहन करत राहणं हेच तुम्हाला करावं लागेल. मात्र, त्याऐवजी तुम्ही तुमच्या भावना स्पष्टपणे सांगून त्याला तसे विनोद करण्यापासून रोखू शकता. ही गोष्ट कायमचं दुखावलेपण घेऊन जगण्यापेक्षा सोपी असेल.

जीवनातील प्रत्येक तणाव टाळणं शक्य नसतं, पण तरीही त्या घटनांना आपण कसं तोंड द्यावं हे नेहमीच आपल्या हातात असतं. लोकांशी बोला, वाटाघाटी करा आणि तुमच्या गरजा सांगण्यासाठी व तुम्हाला काय हवं आहे ते सांगण्यासाठी 'मी किंवा मला' या शब्दांचा वापर करा. जर तुम्हाला शनिवारी सकाळी दुकानात जाण्याखेरीज गत्यंतरच नसेल आणि तुम्हाला ऑडिओबुक ऐकायला आवडत असेल तर तुमच्या फोनवर ऑडिओबुक लावा आणि खरेदी करत असताना तुम्हाला निवांतपणा वाटावा म्हणून ते ऐका. तुम्हाला एखादी अतिरिक्त बैठक टाळणं शक्य नसेल तर तुम्ही आधीपासूनच करत असलेल्या इतर कामांशी तिला जोडण्याचा प्रयत्न करा. त्यामुळे आपला वेळ, कष्ट आणि तुमच्या कारकरिता लागणारं संभाव्य इंधन तुम्ही वाचवू शकाल. अटळ परिस्थितींमध्ये बदल घडवण्यासाठी त्यांना व्यवस्थापनयोग्य लहान गोष्टींमध्ये विभाजित करून तुम्ही अनेक गोष्टी करू शकता. तुम्हाला एखाद्या कंटाळवाण्या पार्टीला जाणं भागच असेल तर अवश्य जा, पण सुरुवातीलाच स्पष्टपणे सांगा, 'माफ करा, मला एका तासातच निघावं लागेल, कारण मला उद्या लवकर कामावर जायचं आहे.'

ध्यान करत असताना आपण तणावाचे आणि चिंताग्रस्ततेचे विचार निर्माण झाले की, त्यांचं निरीक्षण करतो. त्यानंतर जागरूकपणे त्यांच्याविषय़ीच्या प्रतिसादांची निवड करतो. परंतु काही गोष्टींना काळजीपूर्वक टाळून आणि त्यांचं व्यवस्थापन करून आपण प्रत्यक्षात एक पाऊल पुढे टाकतो आणि मुळातच तणावपूर्ण विचारांना निर्माण होण्याची तितकीशी संधीच मिळू नये अशा प्रकारे आपल्या जीवनांमध्ये नेटकेपणानं बदल घडवतो. किमान तणावपूर्ण असलेल्या जीवनशैलीची रचना आपण करू शकतो किंवा निदान आपल्याला जो तणाव सहन करावा लागतो तो खरोखरच सहन करावाच लागणार आहे, तो टाळणं किंवा त्यात बदल घडवणं शक्य नाही याची खात्री तरी आपण करून घेऊ शकतो.

मूलतः जर तणाव निर्माण करणाऱ्या घटकाला तुम्ही टाळू शकत नसाल, तर त्याच्यात बदल घडवण्यासाठी आपण काय करू शकतो, असं स्वतःला विचारा.

'फारसं काही नाही,' असं तुमचं उत्तर असेल तर तुम्हाला बहुधा आणखी एक पाऊल पुढे टाकावं लागेल आणि त्या तणावाला स्वीकारावं लागेल.

तुम्हाला न आवडणारी परिस्थिती तुम्ही कशी स्वीकारता? पहिली गोष्ट म्हणजे ती तुम्हाला आवडत नसेल तर ती तुम्हाला आवडत नाही हे मान्य करा. स्वीकार करणं याचा अर्थ तुम्हाला खरोखरच जे वाटत असेल ते वाटतच नाही असं ढोंग करणं नव्हे, तर आपल्याला जसं वाटत आहे तसं वाटणं स्वाभाविक आहे असा विचार करून त्याचा स्वीकार करणं होय. आपल्या स्वतःच्या भावनांना मान्यता द्या आणि त्यांची जबाबदारी पत्करा. उदाहरणार्थ, समजा, तुमच्या प्रियकरानं तुम्हाला नुकताच मोबाइलवर मेसेज पाठवून तुमच्याशी संबंध तोडून टाकले आहेत. (ब्रेक अप केलं आहे.) आता त्याच्या निर्णयाविषयी फारसं काही करण्यासारखं उरलेलं नाही. पण तरीही आपल्या भावना व्यक्त करण्यासाठी तुमच्या मैत्रिणीला फोन करून तुम्ही तिच्याशी बोलू शकता. अशा प्रकारे, परिस्थितीचा स्वीकार करण्यावर तुम्ही काम करू शकता.

समजा, एखाद्या परिस्थितीत तुमच्यावर अन्याय झाला असेल तर अशा वेळी क्षमा करण्याचा मार्ग शोधण्याचा प्रयत्न करणं हे त्या गोष्टीचा स्वीकार करण्याचं एक स्वरूप असू शकेल. तुम्ही एखाद्याला क्षमा करता

ही तुम्ही त्या व्यक्तीसाठी नव्हे, तर स्वतःसाठी करत असलेली गोष्ट असते, हे लक्षात ठेवा. तुम्ही क्षमा करता त्या वेळी तणावातून आणि संतापाच्या किंवा दुसऱ्यावर दोषारोप करण्याच्या ऊर्जेतून व तणावातून स्वतःला मुक्त करता. आपण घटनांची ज्या प्रकारे रचना करतो, त्या पद्धतीत किंचित बदल घडवणं हाही स्वीकार करण्याचा एक मार्ग असू शकतो. आपण प्रत्यक्ष घटनांना बदलू शकत नाही; परंतु आत्मसंवादात आपण त्यांच्याविषयी कसं आणि कशा भाषेत बोलतो याचं आपण निरीक्षण करू शकतो. उदाहरणार्थ, 'मी हा अभ्यासक्रम पूर्ण करण्यात पूर्णपणे अपयशी ठरलो आणि माझा पैसा वाया घालवला. मी इतका मूर्ख आहे की, मी अधिक कष्ट केलेच नाहीत,' असं म्हणण्याऐवजी तुम्ही असं म्हणू शकाल की, 'मी चूक केली, त्याचा मला मुळीच आनंद वाटत नाही. पण या एका घटनेमुळे मी कोण आहे ते ठरत नाही. मी चुकांमधून शिकून पुढे जाऊ शकतो. पुढच्या वेळी मी अधिक चांगला अभ्यास करेन.'

स्वीकार करणं याचा अर्थ घडलेल्या गोष्टीशी आपण सहमत आहोत किंवा आपल्याला ती आवडली आणि त्यामुळे आपल्याला तिच्यात बदल घडवण्याचा प्रयत्न करण्याची गरज नाही, असा होत नाही. ज्या गोष्टी आपण खरोखरच बदलू शकत नाही, त्यांना आपला आब राखून, उमदेपणानं सामोरं जाणं इतकाच त्याचा अर्थ असतो. त्यामुळे आपण जे करू शकतो त्याच्यावर आपण लक्ष केंद्रित करतो. ही पायरी संतापामुळे किंवा भूतकाळात अनेक वर्षं आधी घडून गेलेल्या गोष्टींच्या कडवट स्मृतीमुळे ज्या प्रकारची चिंताग्रस्तता निर्माण होते तिच्यावर मात करण्याचं प्रभावी साधन ठरू शकते. पश्चात्ताप आणि गोष्टी कशा असू शकल्या असत्या, कशा असावयास हव्या होत्या याचा विचार करणं या चिंताग्रस्ततेला कारणीभूत ठरणाऱ्या मोठ्या गोष्टी आहेत. परंतु परिस्थितीला जशीच्या तशी स्वीकारल्यामुळे चिंताग्रस्तता कमी होते आणि परिस्थिती बदलणं शक्य नाही याची तुम्हाला जाणीव होते.

दीर्घ कालावधीचा विचार करता, जर आपण परिस्थितीशी जुळवून घेतलं तर तणावाच्या परिस्थितीत आपण तणावाला उत्तम प्रकारे तोंड देऊ शकतो. जुळवून घेणं याचा अर्थ जगाविषयीचा आपला दृष्टिकोन, उद्दिष्टं, आकलन आणि अपेक्षा यांच्यामध्ये अधिक शाश्वत प्रकारचे बदल करणं होय. परिपूर्णतावादी आणि आपली उच्च मानांकनं कधीही साध्य होत नसल्यासारखं वाटत असल्यामुळे सतत तणावग्रस्त असलेल्या एखाद्या

व्यक्तीचं चित्र नजरेसमोर आणा. तिला सुपरमॅन होण्याचा मार्ग सापडणं हा उत्तम दृष्टिकोन नसेल, तर त्याऐवजी तिने आपल्या अपेक्षा कमी करणं आणि वास्तवाशी उचितपणे अधिक जुळवून घेणारी व्यक्ती होणं हा उत्तम दृष्टिकोन असेल. असा उत्तम दृष्टिकोन स्वीकारणाऱ्या व्यक्तींनी आपल्या वास्तवाला पूर्णपणे बदलण्याची एखादी जादुई पद्धत स्वीकारलेली नसते, तर त्यांनी वास्तवाशी अधिक चांगल्या प्रकारे जुळवून घेण्यासाठी स्वतःचा विकास केलेला असतो.

तणावाशी जुळवून घेणं याचा अर्थ आपण जीवनाशी जुळवून घेण्यासाठी स्वतःमध्ये बदल करतो असा आहे. अशा वेळी निराशावादी विचारांमध्ये गुंतण्यास तुम्ही फक्त नकार देऊ शकाल आणि अधिक आशावादी व्यक्ती होण्याचा जाणीवपूर्वक सराव करू लागाल. ज्या वेळी आपल्या दृष्टिकोनात आपण बदल करतो, त्या वेळी आपण गोष्टींकडे वेगळ्या प्रकारे पाहू शकतो. हे 'संकट' आहे की 'आव्हान' आहे, असा विचार आपण करू शकतो. आपल्यासमोर एखादा अडथळा निर्माण झाल्यावर 'जीवन न्याय्य आणि चांगलं नाही. इतर सर्व गोष्टींप्रमाणेच आपल्या जीवनाचाही वाईट प्रकारेच अंत होणार आहे', असं स्वतःला सांगण्याऐवजी, 'मी एक लवचीक व्यक्ती आहे', असं आपण स्वतःला सांगितलं तर आपल्या समोरचा तोच अडथळा आपल्याला कसा वाटू लागेल?

ज्या वेळी आपण तणावाशी जुळवून घेतो, त्या वेळी आपण स्वतःला अधिक सामर्थ्यशाली करण्याचे मार्ग शोधतो. आपल्याला सक्षम करणाऱ्या एका वैश्विक दृष्टिकोनाची आपण उभारणी करतो. उदाहरणार्थ, एखादी व्यक्ती रोज 'कृतज्ञता यादी' तयार करण्याची सवय स्वतःला लावून घेईल. या यादीत तिला जीवनानं प्रत्यक्षात दिलेल्या व रोज देत असलेल्या सगळ्या विलक्षण गोष्टींचा ती समावेश करत राहील. दुसरी एखादी व्यक्ती तिच्या स्वतःच्या वैयक्तिक 'संहितेनुसार' ध्यान करेल किंवा रोज मंत्रोच्चारण करेल. या गोष्टींमुळे त्या व्यक्तींना आपण खंबीर, सामर्थ्यशाली असल्याची आणि प्रतिकूलतांवर मात करून पुढे जाऊ शकत असल्याची आठवण होत राहील. आपल्याकडे प्रभावशाली दृष्टिकोन, कल्पना, तत्त्वज्ञानं आणि प्रेरणा असतील तर आपण तणावाला तोंड देऊ शकतो याची मनाशी खूणगाठ बांधून आपण जगाला सामोरे जाऊ शकतो आणि आणखी चांगल्या व्यक्तीही होऊ शकतो.

कालौघात, ध्यानाच्या सरावामुळे आपल्यामध्ये महत्त्वाच्या पातळीवरचे काही मूलभूत बदल होतात आणि त्यामुळे आपल्याकडे व जगाकडे आपण कसं पाहतो, त्यात प्रामाणिकपणे बदल घडू शकतात. परंतु केव्हाही आपण सक्रियपणे आणि जागरूकपणे आपल्या उद्दिष्टाशी व त्याच्या अर्थाशी जोडले गेलो तर आपल्या स्वतःच्या चारित्र्याची आणि माणूस म्हणून आपण कोण आहोत याविषयीच्या आपल्या दृष्टिकोनाची उभारणी करतो. कदाचित, आज तुम्ही स्वतःला चिंताग्रस्त व्यक्तीच्या स्वरूपात पाहत असाल. परंतु तुमच्याकडे व्यासंग, मेहनत, करुणा, दयाळूपणा, बुद्धिमानता, सर्जनशीलता आणि विनोदबुद्धी यांसारखे इतर विलक्षण गुणधर्मही आहेत हे ओळखण्यातूनही तुम्हाला ताकद मिळू शकते.

अशा प्रकारे तणाव व्यवस्थापनाचे हे चार 'ए' आहेत. ज्या वेळी तुम्हाला चिंताग्रस्तता जाणवत असल्याचं आढळेल त्या वेळी क्षणभर थांबा आणि त्या प्रत्येक चिंतेचा अनुक्रमे विचार करा. परिस्थिती कितीही तणावग्रस्त असली तरी काहीच हरकत नाही. तिच्याशी जाणीवपूर्वक आणि सक्रियपणे जोडले जाण्याकरिता मार्ग असतोच. तणाव समोर असेल तरी तुम्ही असाहाय्य नसता. तुमच्याकडे वापरण्याकरिता काही साधनं असतात. या साधनांचा वापर करण्यासाठी फक्त थोड्याशा जागरूकतेची आवश्यकता असते.

उदाहरणार्थ, कदाचित कामावरच्या एखाद्या सहकाऱ्यामुळे तुमच्या मनात रोज तणाव निर्माण होत असल्याची शक्यता आहे. तुम्ही याविषयी काहीही करू शकत नाही अशी स्वतःची समजूत करून घेऊन जेरीस येत राहण्याऐवजी क्षणभर थांबा आणि तुम्ही त्या सहकाऱ्याला फक्त टाळू शकता का, असा प्रश्न स्वतःला विचारा. कदाचित, कँटीनमध्ये जेवायला जाण्याची वेळ बदलून तुम्ही त्याला टाळू शकाल किंवा त्याच्यापासून दूर अंतरावर काम करण्याची जागा मिळवून तुम्ही त्याच्याशी होणारा संपर्क टाळू शकाल. परंतु समजा, साप्ताहिक बैठकांच्या वेळी त्याच्याशी होणारा संपर्क तुम्ही टाळू शकत नसलात आणि तिथेच तो वरचेवर तुमच्या कामात हस्तक्षेप करत असेल किंवा तुमच्या कल्पना चोरत असेल तर काय करावं लागेल?

ही परिस्थिती बदलण्यासाठी तुम्ही काही मार्गांचा किंवा पद्धतींचा विचार कराल. तुम्ही या बैठकांना उपस्थित राहिला नाहीत तर चालेल का? तुमच्या सहकाऱ्याशी तुम्ही खासगीत बोललात आणि त्याला तुमच्या चिंता सांगितल्या तर? (अलीकडे मला या बैठकांना येताना अस्वस्थपणा

जाणवतो, तू ज्या वेळी माझं बोलणं मध्येच रोखतोस त्या वेळी मला नाकारलं गेल्यासारखं वाटतं वगैरे, तुम्ही त्याला सांगू शकाल.) किंवा तुम्ही बैठकीत बोलालच; परंतु ज्या वेळी तुम्ही बोलाल त्या वेळी तुम्ही त्याच्यापासून एक भक्कम सीमारेषा आखून घेऊन बोलत राहू शकाल का? जर यांपैकी कोणतीही गोष्ट करणं खरोखरच शक्य नसेल तर काही प्रमाणात तुम्ही त्या परिस्थितीचा स्वीकार करू शकाल. तुमच्या मनातील हताशेविषयी किंवा नैराश्याविषयी तुमच्या जवळच्या मित्राला तुम्ही सांगू शकाल. कदाचित, प्रत्येकाच्याच बोलण्यात मध्ये बोलण्याची त्या व्यक्तीला सवय असल्याचं तुमच्या लक्षात येईल. याचा अर्थ, त्या व्यक्तीचं बोलणं तुम्ही मनावर घेण्याची गरज नसेल. त्यामुळे तुम्हाला तणावात राहण्याची आवश्यकता भासणार नाही.

अखेरीस, एकूणच अधिक आत्मविश्वासूपणे वागून, काम करून आणि ठामपणे बोलून तुम्ही परिस्थितीशी जुळवून घेऊ शकाल. इतर प्रत्येकाइतकाच तुम्हालाही बोलण्याचा हक्क आहे असं तुम्हाला प्रामाणिकपणे वाटेल त्या वेळी तुम्हाला अधिक आत्मविश्वास वाटू लागेल. त्याने तुमचं बोलणं थांबवण्याचा प्रयत्न केला की, तुम्ही त्याला थेटपणे सांगू शकाल की, 'सॉरी. माझं बोलणं अजून संपलेलं नाही.' त्यानंतर तुम्ही शांतपणे पुढे बोलाल. तुम्ही आणखी काय बोलू शकला असतात यावर नंतर त्या दिवशी संध्याकाळी कुढत, विचार करत बसण्याऐवजी तुम्ही फक्त त्याला असं सांगून तुम्हाला जे बोलायचं असेल ते बोलू शकाल.

## महत्त्वाचे मुद्दे

- ज्या वेळी चिंतेचा, नकारात्मक चिंतनाचा आणि अतिविचाराचा प्रश्न येतो, त्या वेळी ॲक्टमध्ये रूपरेषा देण्यात आल्याप्रमाणे लक्षपूर्वक दक्षतेनं वागण्यासाठी काही पावलं उचलण्याच्या सरावाची मदत होऊ शकते. त्यांच्या साहाय्यानं तुम्ही त्या क्षणी ठाम कृती करू शकता. कृतीशी बांधिलकी पत्करण्याच्या उपचारपद्धतीत (ॲक्शन कमिटमेंट थेरपीमध्ये) आपण ज्यावर नियंत्रण ठेवू शकत नाही त्या गोष्टीचा स्वीकार करतो. आपल्या वैयक्तिक मूल्यांनुसार आणि आपल्या जीवनात सुधारणा

करण्यासाठी गोष्टींमध्ये बदल करण्याकरिता करावयाच्या कृतीशी आपण बांधिलकी पत्करू शकतो.

- आपल्याला नेहमीच आपल्या अनुभवांना टाळण्याविषयी चिंता वाटत असते. आपण आपल्या अनुभवांपासून दूर राहण्याचा किंवा त्यांना दडपून टाकण्याचा प्रयत्न करतो. परंतु सहा मूलभूत तत्त्वांचा वापर करून आपण यावर मात करू शकतो.
- आपल्यासमोर त्या क्षणी उलगडत असलेल्या गोष्टीविषयी आपण कोणताही निवाडा किंवा मतप्रदर्शन न करता, अन्वयार्थ न लावता, विरोध न करता किंवा त्याविषयीची कथा तयार न करता, सचेतन दक्षतेनं आणि खुल्या जिज्ञासूपणानं वर्तमानाशी प्रामाणिकपणे संपर्क साधणं हे पहिलं तत्त्व आहे.
- आकलनात्मक विभाजन हे दुसरं तत्त्व आहे. यात वास्तवाविषयीच्या आपल्या विचारांना आपण वास्तवापासून स्वतंत्र करतो. आपण विचार म्हणूनच विचारांचा स्वीकार करतो. त्यामुळे आपण त्यात अडकून पडत नाही.
- स्वीकारार्हता हे तिसरं तत्त्व आहे. यात आपण वास्तवाशी वाद न घालता त्याचं स्वागत करतो आणि त्याचा स्वीकार करतो. यात आपल्याला संबंधित गोष्टीला मान्यता किंवा सहमती द्यावयाची नसते, आपल्याला फक्त तिचं निरीक्षण करायचं असतं. आपण चौथ्या संकल्पनेचा म्हणजे निरीक्षक स्वत्वाचा उपयोग कतो. यात आपल्या विचारांविषयीचा जागरूक 'मेटॅ' दृष्टिकोन असतो. आपला एक भाग अनुभव घेत असतो आणि दुसरा भाग तो अनुभव घेत असलेल्या आपलं निरीक्षण करतो.
- पाचव्या तत्त्वानुसार आपल्याला आपल्या मूल्यांचा आणि तत्त्वांचा शोध घ्यायचा असतो. त्यामुळे आपण उचित संदर्भात विचार करू शकतो. निरीक्षक स्वत्व आपल्या विचारांचं मूल्यमापन करू शकतं आणि आपल्या मूल्यांशी त्यांची तुलना करू शकतं. त्यामुळे जागरूकपणे, प्रेरक कृती करण्याच्या सहाव्या तत्त्वाचा आपण अवलंब करू शकतो.
- ॲक्ट हे संक्षिप्त रूप आपल्याला मदत करू शकतं : तुम्हाला सध्याच्या क्षणी येत असलेल्या आंतरिक अनुभवाचा स्वीकार करा.

एका महत्त्वपूर्ण दिशेची निवड करा आणि त्या दिशेनं कृती करा. यामुळे चिंताग्रस्तता आणि अतिविचार या गोष्टी कमी होतात.

- चिंताग्रस्त नकारात्मक चिंतनावर मात करण्यासाठी आधी अशा चिंतनाला ओळखण्यास शिकलं पाहिजे. सर्वसामान्य विचारप्रक्रियेच्या तुलनेत नकारात्मक चिंतन अंतहीन असतं. ते कोणत्याही प्रकारच्या अंतर्दृष्टी मिळवून देत नाही आणि त्याच्यामुळे तात्पुरत्या स्वरूपात समस्येची सोडवणूक झाल्यासारखं वाटत असलं, तरी प्रत्यक्षात कशातही ते सुधारणा घडवून आणत नाही.
- तुमच्या विचारांना आव्हान देण्याची काहीच गरज नसते. तसं केल्यामुळे फक्त अनुभवांना टाळलं जातं आणि विरोध केला जातो. त्याऐवजी संबंधित विचार उपयुक्त आहे का आणि तुमच्या मूल्यांनुसार उद्दिष्टं साध्य करण्यास तो तुम्हाला मदत करतो का, असा प्रश्न स्वतःला विचारा. तुलना, क्षमा आणि तीन 'एम'ची (भेटा, निर्मिती करा आणि हालचाल करा) व्यूहरचना या नकारात्मक चिंतनातून स्वतःला बाहेर काढून आत्म-सबलीकरण करण्याच्या उत्तम व्यूहरचना आहेत.
- तणाव व्यवस्थापनाचे चार 'ए' या नावानं ओळखला जाणारा एक मंत्र आहे. टाळा, बदल करा, स्वीकार करा आणि जुळवून घ्या अशा अर्थाचे अ‍ॅव्हॉइड, अल्टर, अ‍ॅक्सेप्ट आणि अ‍ॅडाप्ट असे इंग्रजी शब्द असलेला हा मंत्र आहे. गोष्टींना टाळणं याचा अर्थ तुमच्या नियंत्रणात नसलेल्या गोष्टींपासून फक्त दूर निघून जाणं असा आहे. काही गोष्टींकरिता परिश्रम करणं उपयोगाचं नसतं. आपल्या पर्यावरणातून त्यांना पूर्णपणे दूर करणं हीच उत्तम गोष्ट असते. मात्र, जर आपण त्यांना टाळू शकलो नाही, तर तणाव निर्माण करणारे घटक दूर करण्यासाठी आपल्या पर्यावरणात कसा बदल घडवून आणावा हे आपण शिकलंच पाहिजे. अखेरीस, आपण एखाद्या परिस्थितीविषयी फारसं काहीच करू शकत नसलो तर आपण तिच्याशी जुळवून घेतलं पाहिजे आणि आपल्या तणाव निर्माण करणाऱ्या घटकांशी समन्वय साधून त्यांची हानिकारक क्षमता किमान पातळीपर्यंत कशी कमी करावी, हेही आपण शिकलं पाहिजे.

# ३

# आकलनात्मक पुनर्रचनेची कला

## स्वयंचलित नकारात्मक विचारांची पुनर्रचना

आपल्याला आपल्या उच्च सचेतन जाणिवेत राहता येण्यासाठी कोणकोणत्या पद्धतींवर लक्ष केंद्रित करावं लागेल ते आपण आधीच्या प्रकरणात पाहिलं आहे. आपल्या अनुभवांचं निरीक्षण करणं, आपण नकारात्मक चिंतन करत असल्याकडे लक्ष देणं आणि आपल्या मूल्यांनुसार कृती करणं या गोष्टी कशा करता येतील हेही आपण त्या वेळी पाहिलं आहे. आपण असं म्हटलं आहे की, आपल्या विचारांना 'आव्हान देणं' सहसा उपयुक्त ठरत नाही, कारण तो अनुभवाला टाळण्याचाच एक प्रकार असतो. दुसऱ्या शब्दांत, त्या क्षणी आपल्याला येत असलेल्या अनुभवाला आपण दूर सारतो आणि असं करून निवाडा करणं, आत्मटीका व विरोध यांच्याकरिता आपल्या मनाची कवाडं खुली करतो. मात्र, निवाडा करण्याचा, मतप्रदर्शन करण्याचा दृष्टिकोन किंवा विशिष्ट विचार चुकीचा असल्यासारखं वाटून त्याला आव्हान देण्याची गरज आहे असा विचार करण्यास भाग पाडणारा कोणताही दृष्टिकोन नाकारण्याची गरज असते.

काही विचार व कल्पना चुकीच्या असून, त्यांच्यात दुरुस्ती करण्याची आवश्यकता आहे असा विचार करण्याऐवजी आपापल्या विशिष्ट जीवनांमध्ये उपयुक्ततेनुसार, विचारांची पुनर्रचना कशी करावी हे आपण पाहिलं. यात फक्त एक अतिशय लहानसा फरक करण्याची गरज आहे. तो अगदीच लहान

असला तरी महत्त्वाचा आहे. कोणत्याही बदलाकडे निवाडा करण्याच्या आणि नकारात्मकतेच्या दृष्टिकोनातून पाहिलं तर ती गोष्ट काम करत नाही. मात्र, पूर्वसक्रिय, समरसतापूर्ण आणि स्वीकारार्हतेच्या मनोरचनेतून पाहिलं तर आपण सध्या कुठे आहोत त्याविषयी वाईट वाटून न घेता हळुवारपणे आपल्यात सुधारणा घडवून आणणं आपल्याला शक्य होतं. प्रत्येक बाबतीत आपण करत असलेली कृती सारखीच असू शकेल; परंतु त्या कृतींमागच्या दृष्टिकोनामुळे सगळा फरक घडून येईल.

### *आपोआप निर्माण होणाऱ्या – स्वयंचलित विचारांविषयी जागरूकता निर्माण करणं :*

आपल्याला हे माहीत आहे की, विचारांना पुनर्आकार देणं आणि त्यांची पुनर्रचना करणं याचा अर्थ चुकीचे विचार कसे उचित आहेत असं दाखवणं नव्हे किंवा तुमच्या खरोखरच्या अनुभवाला नाकारणं किंवा त्याला हरकत घेणंही नव्हे. याचा अर्थ दृष्टिकोनात जागरूकपणे बदल घडवणं असा आहे. अचेतन गोष्टींमध्ये आपण चेतना जागवतो, त्या वेळी आपण पर्याय निर्माण करतो. म्हणूनच अशा वेळी आपण आपला निवाडा करत नाही, समस्यांना ओळखून त्यांना दूर करत नाही, तर ज्या अंधाऱ्या कोपऱ्यांमध्ये तोपर्यंत प्रकाश नव्हता, त्यांच्यामध्ये चमकती जागरूकता निर्माण करतो.

स्वयंचलित नकारात्मक विचार म्हणजेच असे आपोआप निर्माण होणारे नकारात्मक विचार हे विशेषतः असे 'अंधारे कोपरे' असतात. आपण पूर्णपणे स्वयंचलित नियंत्रण अवस्थेत (ऑटोपायलट मोडमध्ये) असताना नकारात्मक विचारांच्या हल्ल्याला प्रतिसाद म्हणून कृती करण्यासाठी प्रतिमा, विश्वास, कल्पना आणि भावना उसळी मारल्यासारख्या बाहेर पडतात. विश्वास हे खरोखरच प्रदीर्घ काळापासून आपल्या मनात असलेले फक्त विचार असतात. घटना-घडामोडींचा अन्वयार्थ लावण्याची आपली सजग पद्धत कालौघात अस्पष्ट होते. ती अतिशय प्रतिक्षिप्त व स्वयंचलित होते आणि आपोआप समोर येत राहते. आपण अशा पद्धतीविषयी प्रश्न विचारत नाही, इतकी ती आपल्या अंगवळणी पडलेली असते. अशा प्रतिक्रिया त्या क्षणी छोट्या आणि वरवरच्या वाटतात. आपोआप निर्माण होणारे, असे स्वयंचलित नकारात्मक विचार आपण जगलेल्या अनुभवांचं वस्त्र विणतात. तेच अनेक मानसिक आजारांचं मुख्य कारण असतात.

अनियंत्रित स्वयंचलित नकारात्मक विचार तुमची आत्मसंकल्पना आणि तुमचं स्वतःविषयीचं आकलन म्हणजेच धारणा तयार करतात. तुमचे स्वतःचे पूर्वग्रह तुमच्या अगदी नकळत तुमच्या भविष्याविषयीच्या विचारांना आकार देतात. तुमच्यासाठी काय करणं किंवा काय होणं शक्य आहे, तुमच्या क्षमता काय आहेत आणि माणूस म्हणून तुमचं काय मूल्य आहे यांविषयीच्या तुमच्या विचारांनाही ते आकार देतात. याचा जीवनातील प्रत्येक गोष्टीवर परिणाम होतो. प्रत्येक आकलनावर, प्रत्येक धारणेवर, प्रत्येक कृतीवर आणि आपण स्वतःला सांगत असलेल्या रोजच्या प्रत्येक कथेवर जणू काही या पूर्वग्रहांची एक गाळणी टाकलेली असावी तशा प्रकारे ते कार्य करतात. ते नकळतपणे, आपोआप निर्माण होत असल्यामुळे तुमच्या जीवनाच्या पार्श्वभूमीवर सातत्यानं तुम्हाला कमी लेखण्याचा, दुर्बल करण्याचा एखादा कार्यक्रम सुरू असावा त्याप्रमाणे स्वयंचलित नकारात्मक विचार कार्य करत राहतात. त्यांच्यातून नकारात्मकतेचं चक्र तयार होतं आणि हे चक्र सातत्यानं स्वतःला अधिक मजबूत करत राहतं.

आपण कोणत्याही प्रकारचा धारणात्मक पूर्वग्रह घेऊन जगात कार्य करत आहोत असा विचार आपल्यापैकी बहुतेक लोक करत नाहीत. परंतु यातला हाच नेमका मुद्दा आहे. आपल्याला जागरूकपणे जाणीव नसलेल्या आपल्या अपेक्षा, आपली गृहीतकं आणि विश्वास या आपल्या जीवनावर मोठे प्रभाव टाकतात. मग आपण अंतर्मनात प्रवेश करून आपले सगळे नकारात्मक व निरुपयोगी विश्वास दूर करू शकतो का? जर तुमचं जीवन हे एक मोठं वेलबुट्टीदार कापड आहे अशी तुम्ही कल्पना केली, तर संपूर्ण कापड उसवल्याशिवाय एखादा धागा काढून टाकणं शक्य होणार नाही, हे तुमच्या लक्षात येईल. दुसऱ्या शब्दांत, आपली आत्मसंकल्पना आणि आपला जगाविषयीचा दृष्टिकोन गुंतागुंतीचा असतो. त्यामुळे एखाद्या सदोष सर्किट ब्रेकरप्रमाणे एखादा विचार दूर करता येत नाही. त्याऐवजी दृष्टिकोनाच्या कायापालटाच्या प्रक्रियेचा विचार आपण संथपणे, टप्प्या-टप्प्यानं पार पडणारी प्रक्रिया म्हणून करू शकतो. विचारांना वरवर आव्हान देणं किंवा सकारात्मक वाक्यांची पोपटपंची करणं याने काहीही साध्य होत नाही. आपण मनात उद्भवणाऱ्या वैयक्तिक विचारांच्या पलीकडे जाऊन दृष्टिकोनात संपूर्ण बदल घडवून आणण्याचा प्रयत्न करत असतो, त्याकरिता अशा प्रकारांचा काहीच उपयोग होत नाही.

प्रत्यक्ष जीवनातील काही उदाहरणांच्या साहाय्यानं या सगळ्या गोष्टींना व्यवस्थितपणे समजून घेऊ या. नैराश्यग्रस्ततेत अडकलेल्या एखाद्या किशोरवयीन मुलाचा विचार करा. त्याची आत्मसंकल्पना आणि जीवनविषयक दृष्टिकोन हा अंतिमतः निराशावादी आहे आणि त्याच्या मनात आपोआप नकारात्मक विचार प्रकट होत आहेत. त्यात पुढील विचारांचा समावेश आहे:

'मी अतिशय अपयशी व्यक्ती आहे.'

'मला हे स्वतःच्या जिवावर करावंच लागणार आहे, पण मी ते करू शकत नाही.'

'माझ्या आयुष्याचा पुरता विचका झाला आहे.'

'माझं दिसणं आणि वागणं या दोन्ही गोष्टी मला आवडत नाहीत. मला त्या गोष्टींचा तिरस्कार वाटतो.'

हे विचार हा जीवनाविषयीच्या नकारात्मक कलाचा परिणाम आहे; परंतु शिवाय तेच नकारात्मककडे कल झुकण्याचं कारणही आहेत. हे एक दुष्टचक्र आहे. असं समजा की, एके दिवशी तो किशोरवयीन मुलगा कार चालवण्याच्या परवान्याकरिता चाचणी देतो. परंतु 'मी कितीही जोरदार प्रयत्न केले तरी त्याचा काहीही उपयोग होणार नाही. मी अपयशीच ठरणार आहे. मी केलेल्या कुठल्याही गोष्टीमुळे काहीच फरक पडणार नाही,' या नकळतपणे त्याच्या मनात आपोआप उद्भवलेल्या, स्वयंचलित नकारात्मक विचारातूनच तो त्या चाचणीकडे वळतो. आपल्या अनुभवाचा अन्वयार्थ तो कसा लावतो त्यावर याचा परिणाम होतो. (तो एक कटू अनुभव आणि कठीण कसोटी असते, ते मजेत स्वीकारलेलं आव्हान नसतं.) शिवाय, तो अपयशातून कसा बाहेर पडतो, (संकेत : तो त्याच्यातून बाहेर पडत नाही.) कोणत्या कृती करतो (चाचणी देण्याकरिता नावनोंदणी करण्यात दिरंगाई करणं, प्रत्येक गोष्टीकडे वैयक्तिक गोष्टीच्या स्वरूपात पाहणं, कोणत्याही अडचणीकडे आपण अपयशी आहोत याचा पुरावा म्हणून पाहणं) या गोष्टींवरही त्याचा परिणाम होतो.

त्याऐवजी 'आपण चांगली व्यक्ती आहोत', 'आपण शिकू शकतो', 'आयुष्य सर्वसामान्यपणे सुरळीतपणे सुरू आहे', आणि 'किरकोळ अपयशं पचवून सहजपणे पुढे जाण्यास आपण सक्षम आहोत', अशा प्रकारचा गाढ

विश्वास मनाशी बाळगून तो ती चाचणी देऊ शकतो. असं केलं तर अगदी त्याच चाचणीचा त्याचा अनुभवही पूर्णपणे वेगळा असेल.

*सकारात्मक स्वयंचलित विचार हे सहसा पुढील धर्तीवर असू शकतात :*

'समजा, चुकून एखादी वाईट घटना घडली तरीही ते ठीकच असेल.'

'एखादी वाईट गोष्ट घडली तरीही ते ठीकच असेल.'

'मी खूप परिश्रम केले तर मी अनेक गोष्टींमध्ये यशस्वी होऊ शकतो.'

'माझं जीवन खूपच चांगलं आहे.'

'माझ्याकडे भरपूर चांगले गुण आहेत.'

कोणताही कायापालट घडवून आणणं ही गोष्ट सकारात्मक विचारानं नकारात्मक विचार दूर करणं इतकीच नसते. ती इतकी साधी, सोपी नसते. एक गोष्ट लक्षात ठेवा, स्वयंचलित विचार हे खोलवर रुजलेले विश्वास आणि आत्मसंकल्पना यांची प्रतीकं किंवा साकारीकरणं असण्याहूनही अधिक काहीतरी असतात. मग आपण प्रामाणिक बदल कसे काय घडवून आणू शकतो?

## *आकलनात्मक पुनर्रचना*

स्वयंचलित नकारात्मक विचार हानी करतात, कारण आपल्याला त्यांची जाणीव नसते. म्हणून अशा स्वयंचलित नकारात्मक विचारांची जाणीव करून घेणं, त्यांच्याविषयी जागरूक होणं ही पहिली पायरी आहे.

**पायरी १ :** आपल्या आकलनात्मक विकृतीला आणि स्वयंचलित नकारात्मक विचारांना ओळखणं.

**पायरी २ :** या विचारांशी व्यवहार्यपणे आणि जागरूकतेनं तडजोड करणं/त्यांच्यापासून स्वतंत्र होणं /त्यांच्यात गुंतणं किंवा त्यांच्याशी संलग्न होणं.

**पायरी ३ :** नवीन अधिक उपयुक्त विचारांना जीवनात आणणं.

उदाहरणार्थ, असं समजा की, एखादी व्यक्ती पहिल्यांदाच डेटवर जात आहे. तिने जाणीवपूर्वक 'ॲक्ट'च्या तत्त्वांचा सराव केला आहे आणि तिच्या बाबतीत काय घडत आहे त्याकडे ती जागरूकपणे पाहत आहे. मनात येणाऱ्या नवीन विचारांविषयी ती जागरूक आहे आणि पुनःपुन्हा निर्माण होणाऱ्या विचारांचाही ती विचार करत आहे. समजा, 'मला अगदी ओबडधोबड, खराब व्यक्ती समजून नाकारलं गेलं तर काय होईल', हा विचार त्या व्यक्तीच्या मनात सातत्यानं येत राहिला आहे. ही एक धारणात्मक किंवा आकलनात्मक विकृती आहे, हे ओळखणं ही पहिली पायरी आहे.

आता ती व्यक्ती व्यवहार्यपणे आणि जागरूकतेनं या विचाराशी संलग्न होईल. दोष शोधणं किंवा तो विचार सत्य आहे की नाही, याचा शोध घेणं याच्याशी ही गोष्ट संबंधित नाही हे इथे लक्षात ठेवलं पाहिजे. त्याऐवजी हा विचार उपयुक्त आहे का, असा प्रश्न ती स्वतःला विचारेल आणि त्या दृष्टिकोनातून त्या विचाराकडे पाहील. या नकळतपणे येत असलेल्या विचाराचे परिणाम काय आहेत, असा प्रश्न ती स्वतःला विचारेल. अर्थातच, त्याचे परिणाम स्पष्ट आहेत. त्या व्यक्तीला त्या डेटचा आनंद घेता येणार नाही. आपल्याला नाकारल्याची चिन्हं कुठे दिसत आहेत का याचं ती सातत्यानं विश्लेषण करत राहील. ती सतत प्रतिक्रियात्मक, निष्क्रिय अवस्थेत राहील आणि स्वतःच्या निवडी व महत्त्वपूर्ण कामं स्वतः करणं सोडून देऊन त्या दुसऱ्या व्यक्तीकडे निवडीची आणि महत्त्वपूर्ण कामाची सगळी सूत्रं सोपवेल. त्यामुळे ती चिंताग्रस्त होईल आणि त्याहूनही औपरोधिक बाब म्हणजे अशी व्यक्ती आपोआपच लोकांना अनाकर्षक वाटणाऱ्या पद्धतीनं वागण्याची शक्यता असेल.

दुसऱ्या पायरीत ही व्यक्ती तिच्या विचारांची पुनर्रचना करण्याचा प्रयत्न करू शकेल. 'या विचाराला काय पर्याय आहेत?' असा प्रश्न ती स्वतःला विचारेल. दृष्टिकोन अधिक व्यापक करेल. स्व-मूल्यमापनावर लक्ष केंद्रित करण्याऐवजी डेटवर असताना दोन्ही व्यक्ती एकमेकींविषयी अधिक जाणून घेण्याकरिताच तिथे आल्या आहेत ही गोष्ट का लक्षात ठेवू नये? तुमच्या हे लक्षात येईल की, तुमच्या सोबत डेटवर आलेल्या दुसऱ्या व्यक्तीला तुम्ही आवडला नाहीत तरी त्याने काहीच बिघडणार नाही. त्यामुळे आकाश कोसळणार नाही. त्यामुळे तुमचं जीवन संपुष्टात येणार नाही. शिवाय, तुम्हा दोघांनाही खरोखरच त्याच एका गोष्टीची जाणीव झाली असण्याचीही शक्यता असेल. वगैरे.

तिसऱ्या पायरीकरिता, तुम्ही या सैद्धांतिकदृष्ट्या समायोजित करण्यात आलेल्या विचाराला तुमच्या जीवनात काम करायला लावू शकाल. आता सकारात्मक पुष्टिदायक विधानांचा वापर करण्याची वेळ आलेली असेल किंवा तुमच्यासाठी काम करत असलेले अन्वयार्थ किंवा कथनं कोणती आहेत, हे तुम्हाला आधीपासूनच जागरूकपणे माहीत असेल तर त्यांच्याकडे हळुवारपणे वळण्याची ही वेळ असेल. ज्या वेळी 'समोरच्या व्यक्तीला मी वाईट आणि खराब आहे असं वाटलं तर काय होईल?' असा विचार तुमच्या मनात येईल, त्या वेळी तुमच्याकडे पर्यायी उत्तर तयारच असेल. 'पण जर तसं झालंच नाही तर काय होईल?' किंवा 'त्याने किंवा तिने मला नाकारलंच तर काय होईल? त्याला किंवा तिला मी न आवडण्याची शक्यताही आहे, पण म्हणून त्याचा अर्थ मी कमी प्रमाणात आवडू शकणारी व्यक्ती आहे असा होत नाही.'

यामुळे तुमची डेट पूर्णपणे यशस्वी होईल का? नाही. बहुधा होणार नाही. पण तुम्ही आपोआप येणारे म्हणजेच स्वयंचलित नकारात्मक विचार हे जाणीवपूर्वक निर्माण केलेल्या सकारात्मक विचारांनी दूर करू लागलात की, मग कालबाह्य, निरुपयोगी आत्मसंकल्पनांवरची तुमची पकड हळूहळू कमी होऊ लागेल. त्यानंतर तुम्ही काम करू शकणाऱ्या एखाद्या गोष्टीची सक्रियपणे निवड करू शकाल. तुमचं काम दुहेरी असेल. तुम्ही नकळतपणे मनात आलेले स्वयंचलित नकारात्मक विचार अंधाऱ्या जागेतून खेचून बाहेर काढाल आणि त्या जागेवर जागरूकतेचा प्रकाश टाकून तिला चमकवू लागाल. त्यानंतर तुम्ही स्वतःला काहीतरी वेगळं करण्याची निवड करू द्याल. एकदा तुम्हाला इतर पर्यायांची जाणीव झाली की, त्यानंतरच तुम्ही अशी निवड करू शकाल. म्हणूनच नकारात्मक विचाराविषयीची जागरूकता ही महत्त्वाची पहिली पायरी आहे.

प्रेरणा देणारे वक्ते किंवा स्वयंसाहाय्यता गुरू तुम्हाला काहीही सांगत असले तरी नकारात्मकतेचं चक्र रातोरात तोडता येत नाही. मात्र, जागरूकतेविषयीची उत्तम गोष्ट अशी आहे की, ती एकदा निर्माण झाली की आणखी जागरूकता निर्माण करते. म्हणजेच तिच्यात वाढ करण्याकडे तिचा कल असतो. आपण 'सकारात्मक विचार' करत असल्याचं ढोंग करण्याची काहीच गरज नसते किंवा स्वतःच्या विचारांचं खंडन करत राहण्याची अगर तुम्ही दीर्घ काळापासून ग्राह्य धरलेल्या विश्वासांच्या विरोधात हरकती

घेण्याची किंवा वाद घालत राहण्याचीही काहीच गरज नसते. त्याऐवजी फक्त जिज्ञासू व्हा आणि तुम्ही ग्राह्य धरलेल्या विचारांना मोकळेपणानं स्वीकारा. त्यांच्यावर जागरूकतेचा प्रकाश टाका आणि त्यांना चमकवा. पर्यायांचा शोध घ्या आणि तुमच्या जगात त्या पर्यायी विचारांना रुजवण्यास सुरुवात करा. जागरूक राहा आणि काय घडतं ते पाहा.

याकरिता वेळ आणि संयमाची आवश्यकता असते. एखादा विचार उपयुक्त नाही याचा अर्थ तो सोडून देणं सोपं असेल असा मुळीच नाही. उलटपक्षी, तुमच्या दृष्टिकोनात बदल घडवण्यास हळूहळू सुरुवात करण्याकरिता पुनःपुन्हा सातत्यानं सराव करावा लागेल. पण तुमच्या सातत्यपूर्ण, जागरूक जाणिवेमुळे आणि ऑटोपायलट मोडऐवजी जागरूकतेच्या जाणिवेतून कृती करण्याच्या उद्देशामुळे त्याच्यात नक्कीच बदल होईल

आकलनात्मक पुनर्रचना करण्याकरिता प्रत्यक्षात लागू पडणाऱ्या काही गोष्टी :

- स्वतःशी दयाळू, करुणापूर्ण दृष्टिकोनातून वागण्याचा सराव करा. स्वतःवर टीका करणं किंवा स्वतःचा सतत निवाडा करत राहणं अगर तुमच्या मेंदूतून सगळे 'चुकीचे' विचार काढून टाकण्यासाठी कवायत शिकवणाऱ्या कडक शिक्षकाप्रमाणे कठोरपणे स्वतःशी वागणं या गोष्टी कधीही करू नका.
- नेहमीप्रमाणेच आतिथ्यशील, जिज्ञासू आणि खुल्या जागरूकतेसह सुरुवात करा. कोणत्याही प्रकारे अन्वयार्थ लावण्याचा किंवा निषेध करण्याचा प्रयत्न करू नका. फक्त त्या वेळी काय घडत आहे त्याकडे पाहा आणि त्याचं निरीक्षण करा.
- परिवर्तनासाठी किंवा बदलासाठी वेळ लागतो याची जाणीव करून घ्या. तुमचे सध्याचे स्वयंचलित विचार आणि विश्वास निर्माण होऊन ते विकसित होण्याकरिता तुम्हाला तोपर्यंतच्या जीवनभराचा वेळ लागला आहे हे लक्षात घ्या. तुम्ही त्यांच्यावर पुन्हा काम करू लागलात तर संयम बाळगा. रातोरात चमत्कार घडण्याची अपेक्षा बाळगू नका.
- तुमच्या स्वतःच्या विचाराला तुम्ही आव्हान देता, त्या वेळी ते विचार चांगले आहेत की वाईट आहेत, उचित आहेत की अनुचित आहेत हे ठरवण्याची जबाबदारी स्वतःवर घेऊ नका.

त्याऐवजी तुमच्या सध्याच्या विचाराचा तुमच्या जीवनावर काय परिणाम होत आहे आणि तुमच्या मूल्यांमध्ये व उद्दिष्टांमध्ये अधिक चांगल्या प्रकारे बसणारा एखादा पर्याय आहे का इतकाच प्रश्न स्वतःला विचारा.

- 'सकारात्मक विचारसरणीला' आणि फक्त वरवरच्या पातळीवर काम करत असलेल्या सकारात्मक पुष्टिदायक विधानांना विसरून जा. तुमच्या दृष्टिकोनात तुम्हाला प्रामाणिकपणे बदल घडवून आणायचा आहे. आपल्या जुन्या विश्वासांना फक्त एका नवीन रंगाच्या आवरणाखाली दडवून ठेवण्याची तुमची इच्छा नाही, हे लक्षात ठेवा.

## *दोन स्तंभांच्या तंत्राचा वापर करा*

या तंत्राचा सराव करू या. आपल्याला स्वयंचलित, बेफिकीर, निरर्थक विचारांच्या फेऱ्यात अडकलेल्या मनापासून अंतर ठेवून राहण्याची इच्छा आहे. आपले विचार जसे आहेत तसं त्यांचं निरीक्षण करण्याची आपली इच्छा आहे. सगळे विचार लिहून काढणं हा हे करण्याचा चांगला मार्ग आहे. एका कागदावर दोन स्तंभ आखून घ्या. तुम्ही ज्या विचार, कल्पना, गृहीतकं आणि विश्वास यांच्याविषयी जागरूक झाला असाल आणि ती साहाय्यभूत नसावीत किंवा तुमच्या मूल्याशी सुसंगत नसावीत अशी शंका तुम्हाला आली असेल त्यांना डावीकडच्या स्तंभात नोंदवा. उदाहरणार्थ, तुम्ही असं लिहू शकाल, 'मी कधीही हवा तितका चांगला नव्हतो,' आणि 'मी एक निराश व्यक्ती आहे.'

आता एक दीर्घ श्वास घेऊन या वाक्यांकडे पाहा. त्यामागच्या मनोरचनेची खरोखरच जाणीव व्हावी म्हणून एक क्षणभर थांबा. या विचारांना आणि कल्पनांना तुमचं शरीर कसा प्रतिसाद देत आहे, त्याची जाणीव करून घ्या. तुमच्या दृष्टिकोनावर तुम्ही ही गाळणी घेऊन ज्या ज्या वेळी आयुष्यभर फिरला असाल त्या वेळांचं चित्र नजरेसमोर आणा. आता तुम्ही कसे वागता, स्वतःकडे कसं पाहता आणि या अजाणतेपणी निर्माण होत असलेल्या अचेतन, निर्विवाद विश्वासावर आधारित कोणत्या कथा तुम्ही स्वतःला सांगता त्याचा विचार करा. तुमच्या कदाचित असं लक्षात येईल की, तुम्ही जीवनात नेहमीच शब्दशः आणि लाक्षणिक अर्थानंही संकोचानं

आणि दडपले गेल्यासारखे वागता. तुम्ही नेहमीच मागे राहता. कधीही तुमचं मत मांडत नाही. कधीही स्वतःला आव्हान देत नाही आणि इतर लोक तुमच्यावर टीका करतात त्या वेळी तुम्ही ती गुपचूप स्वीकारता. फक्त या सगळ्यांवर नजर टाका आणि त्याचं निरीक्षण करा. या विचारांकडे वास्तव म्हणून नव्हे, तर तुमच्या मनातील फक्त विचार, चित्रं, प्रतिमा, कल्पना आणि प्रतीकं म्हणूनच पाहा.

आता, दुसऱ्या स्तंभात लिहिताना सर्जनशीलतेचा वापर करा. तुम्हाला प्रत्यक्षात उपयुक्त ठरावं अशा पद्धतीनं पहिल्या स्तंभातील प्रत्येक विचाराचं पुनर्लेखन कसं करता येईल, त्याचा विचार करा आणि ते लिहा. तुम्हाला त्या पुनर्लेखित विचारातून काहीतरी शिकता आलं पाहिजे किंवा त्याच्यातून तुम्हाला प्रेरणा मिळाली पाहिजे किंवा तुम्हाला जे साध्य करायचं असेल ते साध्य करण्यास त्याची मदत झाली पाहिजे, अशा प्रकारे त्याला लिहून काढा. ही गोष्ट दुसरी कोणतीही व्यक्ती तुमच्यासाठी करू शकणार नाही. तुमची मूल्यं काय आहेत आणि एक 'उपयुक्त' पर्याय म्हणून तुम्हाला प्रामाणिकपणे कशामुळे स्फूर्ती मिळते हे फक्त तुम्हीच ठरवू शकता. म्हणूनच आयती मिळणारी तयार सकारात्मक पुष्टिदायक विधानं या स्तंभात जशीच्या तशी उतरवून काढू नका. आपल्या तत्त्वांनुसार आणि आदर्शांनुसार ती आपल्याकरिता उपयुक्त ठरतील की नाही, हे न शोधता असा सहज खेळता येणारा खेळ खेळू नका.

'मी कधीही हवा तितका चांगला नव्हतो', या विधानाऐवजी तुम्ही असं लिहू शकाल की, 'बरे-वाईट गुण असलेली मी एक सर्वसामान्य व्यक्ती आहे'. किंवा 'ज्या वेळी मी यशस्वी होत नाही, त्या वेळी मी शिकतो आणि पुढच्या वेळी अधिक चांगल्या गोष्टी करण्याकरिता प्रचंड परिश्रम करतो'. किंवा 'मी परिपूर्ण नसलो तरी माझं माझ्यावर प्रेम आहे आणि मी जसा आहे, तसा मी माझा स्वीकार करतो'.

'मी एक निराश व्यक्ती आहे', या वाक्याऐवजी तुम्ही असं म्हणू शकाल की, 'या क्षणी मला काही दुःखद भावनांचा अनुभव येत आहे'. किंवा 'ही अवघड वेळ आहे, पण ती कायम तशीच राहणार नाही', किंवा 'अगदी या क्षणी जीवनातील काही आव्हानात्मक परंतु रोमहर्षक बदलांमधून मी जात आहे'. तुम्हाला अगदी प्रामाणिकपणे उपयुक्त वाटत असलेल्या आणि तुम्हाला प्रेरणा देत असलेल्या पर्यायांवर प्रयोग करण्याची

तुमची इच्छा असू शकेल. तुम्ही नको इतके सकारात्मक असण्याची किंवा कृत्रिमपणे, अवास्तवपणे वागण्याचीही गरज नाही.

एकदा तुम्हाला पर्याय सापडले की, त्यांना फक्त लिहून काढू नका. होय, आपण त्या विचारांना व्यवहार्यपणे विरोध करू/आव्हानं देऊ/ त्यांचं पुनर्लेखन करू. परंतु जोपर्यंत आपण त्यांना आत्मसात करत नाही आणि खरोखरच त्यांच्यावर विश्वास ठेवत नाही तोपर्यंत त्यांना काहीही अर्थ असणार नाही. म्हणून त्यांना लिहून काढा आणि तुमच्या मनात निर्माण झालेल्या स्वयंचलित विचाराहून एखादा पर्यायी विचार कसा वेगळा आहे, त्याची जाणीव करून घेण्यासाठी एखादा क्षण थांबा. हा फक्त एक बौद्धिक स्वाध्याय नाही. हा पर्यायी विचार तुम्हाला कशा प्रकारे वागण्याकरिता प्रेरित करेल? तो तुम्हाला कसा वाटतो? तुम्ही हा विश्वास ग्राह्य धरल्यावर तुम्हाला जग कसं दिसतं? आता तुम्हाला कोणत्या नवीन उपाययोजना किंवा पर्याय उपलब्ध आहेत?

नकारात्मक स्वयंचलित विश्वासांचं पुनर्लेखन करण्याचे इतरही काही उत्तम मार्ग आहेत :

- नेहमी, कधीही नाही, कोणीही नाही, प्रत्येक गोष्ट इ. सारख्या काही निखालस, व्यापक संज्ञा अधिक सौम्य संज्ञांच्या साहाय्यानं दूर करा. 'मी नेहमीच अपयशी ठरतो', हे वाक्य 'मी एकदा अपयशी ठरलो होतो याचा अर्थ पुढच्या वेळीही मी अपयशी ठरेन असा नाही. याआधीही मी यशस्वी झालो होतोच', अशा प्रकारे लिहिता येईल.
- जर तुमच्या विचारांमध्ये आपत्तिजनक घटक असेल, विनाशकारी गोष्ट असेल तर स्वतःला असा प्रश्न विचारा की, जर ही सर्वांत वाईट गोष्ट घडलीच तर जगबुडी होईल का? म्हणून 'मी परीक्षेत नापास झालो तर माझ्या बाबतीत घडू शकणारी ती सगळ्यात वाईट गोष्ट असेल', या वाक्याचं 'कदाचित मी परीक्षेत नापास होईन, पण तसं झालं तरी ठीक आहे. माझ्याकडे तरीही काही पर्याय असतील', असं पुनर्लेखन करता येईल.
- अत्यंत नकारात्मक, महत्त्वपूर्ण, गंभीर किंवा स्वतःची हेटाळणी करणाऱ्या विचारांच्या बाबतीत फक्त थोडीशी करुणा, समरसता

यांची भर टाका. एखाद्या प्रिय व्यक्तीबरोबर तुम्ही बोलत आहात अशा प्रकारे विचारांचं पुनर्लेखन करा. 'तू एक किळसवाणी, तिरस्करणीय पराभूत व्यक्ती आहेस', अशा प्रकारचा विचार 'या वेळी तुझं वर्तन फारसं चांगलं नाही, पण ठीक आहे, पुढच्या वेळी तू अधिक चांगल्या गोष्टी करशील', अशा प्रकारे पुनर्लेखित करता येईल.

- तुम्ही दुसऱ्या व्यक्तीचं मन वाचण्याचा, भविष्याचा अंदाज बांधण्याचा किंवा निराधार निष्कर्षांवर उडी मारण्याचा प्रयत्न करत आहात का, त्याचं निरीक्षण करा. विज्ञानाधिष्ठित मनःस्थितीत शिरा आणि स्वतःकडे पुराव्याची मागणी करा. तुम्ही जर असं लिहिलं असेल की : 'मला वेतनवाढ देण्यास ते कधीच मान्यता देणार नाहीत', तर स्वतःला विचारा की, यावर विश्वास ठेवण्यास आवश्यक असलेला काही पुरावा आहे का? जर तसा पुरावा नसेल तर हा विचार पुढीलप्रमाणे लिहा : 'मला भीती वाटते की, ते मला बहुधा वेतनवाढ देणार नाहीत. परंतु ते नाही म्हणतील असं समजण्यास माझ्याकडे कोणतंच कारण नाही. म्हणूनच मी त्यांना त्याविषयी विचारलं पाहिजे'. 'ती नक्कीच माझा तिरस्कार करते', हा विचार 'मला तिचं मन वाचता येत नाही. या वेळी तिचं माझ्याविषयीचं मत काय आहे ते मला खरंच माहीत नाही', असा लिहिता येईल.
- 'खाईन तर तुपाशी नाहीतर उपाशी' अशा प्रकारच्या फक्त कृष्ण-धवल स्वरूपाच्या दोन टोकांच्या विचारांचं निरीक्षण करा. तुम्ही तिसऱ्या किंवा यादरम्यानच्या इतर काही पर्यायांकडे दुर्लक्ष करत आहात का किंवा महत्त्वाची माहिती गमावत किंवा गाळत आहात का ते पाहण्याचा प्रयत्न करा. 'त्याने मला फोन केला नाही. तो नक्कीच त्या खंदकात पडून मेला आहे याची मला खात्री वाटते', या वाक्याऐवजी 'त्याने मला फोन केला नाही. पण त्यामागे अनेक कारणं असू शकतील', असं वाक्य लिहिता येईल.

अखेरीस, नकळतपणे उद्‌भवणाऱ्या अचेतन स्वयंचलित विचारांचं कृतीत रूपांतरित करून त्यांचं लेखन करणं हा त्यांचं पुनर्लेखन करण्याचा एक अत्यंत उपयुक्त मार्ग आहे.

काळज्या, चिंता, पश्चात्ताप इ. गोष्टी हाताळण्यास, सहन करण्यास आणि वास्तव जगाशी सुसंगत प्रकारे त्यांच्यामध्ये परिवर्तन घडवून आणण्यास आपण नेहमीच सक्षम असतो. उदाहरणार्थ, 'हे कसं करावं ते मला माहीत नाही', असा निष्क्रिय, निराशावादी विचार तुमच्या मनात असेल, तर तुम्ही त्याचं अधिक ताकदवान, सक्षम विचारात रूपांतर करण्यासाठी त्याला पुढील प्रकारे लिहू शकाल : 'मी कोणाकडे मदत मागू शकेन?' किंवा 'हे करायला मी कसा शिकू शकेन?'

'मी चूक केली आहे आणि त्याचे परिणाम मला सहन होणार नाहीत', हे वाक्य 'झालेली हानी कमी करण्यासाठी मी कोणती पावलं उचलू शकेन?' किंवा 'याचे परिणाम हाताळण्यासाठी व्यवहार्य दृष्टिकोनातून मी काय करू शकेन?' अशा प्रकारे लिहिता येईल. कृती हा एक चमत्कार असतो. तुम्ही अडकून पडलेल्या नकारात्मक विचारातून ती तुम्हाला बाहेर काढते. तुमच्यावरचा तणाव काढून टाकते. तुमच्या मनाला शक्यतांचा आणि पर्यायांचा विचार करण्यासाठी खुलं करते. तुम्हाला पुन्हा एकदा पूर्वसक्रिय झाल्यासारखं वाटावं अशा प्रकारे ती तुम्हाला सक्षम करते. कृती जितकी अधिक लहान असेल, तितकी ती अधिक चांगली असेल. उचित दिशेनं तुम्ही करू शकत असलेल्या फक्त एका सकारात्मक कृतीला ओळखा. त्यानंतर तुमच्या दृष्टिकोनात तत्काळ कसा बदल होतो त्याचं निरीक्षण करा.

## *तुमचं जग बदलणं – एका वेळी एक आकलनात्मक विकृती*

धारणात्मकदृष्ट्या किंवा आकलनात्मकदृष्ट्या कमी लक्ष द्यावयाच्या गोष्टींवर कमी लक्ष देण्याची सवय तुम्ही एकदा लावून घेतली की, मग तुमच्या सजग जाणिवेच्या बाहेर काय लपलेलं असतं ते पाहून तुम्ही आश्चर्यचकित व्हाल. वैयक्तिक मिथकं, कथनं, मानसिक योजना, विश्वास, गृहीतकं, धारणा, अपेक्षा आणि होय...पूर्णपणे विचित्र व अव्यवहार्य विचार संरचना यांनी तुमचं डोकं काठोकाठ भरून गेलेलं असतं.

तुमच्या अंतर्गत जगाची उभारणी करणाऱ्या भागांविषयी प्रश्न विचारण्यास आणि त्यांचं पुनर्लेखन करण्यास शिकल्यामुळे तुमच्या मनात गाढ, शांत समाधानाची व आत्मविश्वासाची भावना निर्माण होते. तुमची

विचारपद्धती बदलणं शक्य आहे, हे समजणं ही एक अद्भुत अनुभूती असते. तुम्ही तिचा तळमळीनं व प्रामाणिकपणे सराव केला, तर फक्त उचित शब्दांचा उच्चार करणं किंवा काय व्यवहार्य आणि काय अव्यवहार्य आहे, हे बौद्धिकदृष्ट्या आत्मसात करण्यापेक्षाही तिला अधिक खोलवर अर्थ असल्याचं तुम्हाला आढळेल. तुमचं अंतर्गत जग कशानं तयार झालं आहे ते पाहण्याकरिता आणि त्याचं निरीक्षण करण्याकरिता धैर्याची, धाडसाची आणि प्रामाणिकपणाची आवश्यकता असते. याच संदर्भात काही सर्वसामान्य नकारात्मक विचार संरचनांवर आणि तुमच्या विचारांमधून त्या कशा प्रकट होऊ शकतील यावर अधिक बारकाईनं नजर टाकू या. त्यांना आकलनात्मक विकृती असं म्हणतात. पुन्हा एकदा इथेही आपल्या अचेतन मनाच्या साहाय्यानं चुका शोधण्याचा खेळ खेळण्याचं उद्दिष्ट नाही. त्याऐवजी अधिक चांगले पर्याय खुले करण्यासाठी जिज्ञासापूर्वक जागरूक होऊन स्वतःला आव्हान देणं हेच उद्दिष्ट आहे.

तुम्हाला पुढील सगळ्या गोष्टी माहीत असण्याच्या शक्यता आहेत :

**विस्तृतीकरण (मॅग्निफिकेशन)** – आपलं सगळं अवधान एका पैलूवर किंवा कल्पनेवर एकवटून तिला खूप मोठ्या प्रमाणात फुगवणं.

उदाहरणार्थ, 'माझ्या लग्नासाठी मला हवे तसे शूज मिळाले नाहीत, तर त्या सगळ्या दिवसाचा सत्यानाश होईल. अशा वेळी तो सगळा समारंभ बिघडण्याचीही शक्यता आहे'.

**अतिसामान्यीकरण** – एका प्रकरणातून काढण्यात आलेला निष्कर्ष इतर प्रकरणांना लागू होत नसला तरीही त्यांच्याकरिता तोच निष्कर्ष लागू होत असल्याचं समजणं.

उदाहरणार्थ, 'सन १९९२मध्ये माझ्या प्रेयसीपेक्षा माझं वेतन कमी असल्यामुळे तिने मला झिडकारलं होतं. त्यामुळे सगळ्याच स्त्रिया ऐहिक सुखसंपत्तीसाठी कशा चटावलेल्या असतात ते आता मला माहीत आहे'.

**टोकाचा विचार करणं –** ही कृष्ण-धवल रंगातील म्हणजेच फक्त दोन टोकांचाच विचार करण्याची विचारसरणी आहे. यात मधल्या काही छटा असतात याकडे साफ दुर्लक्ष केलं जातं आणि घटना-घडामोडींचं अति सुलभीकरण करून अन्वयार्थ काढले जातात.
उदाहरणार्थ, 'मी सांगितलेला विनोद ऐकून तो हसला नाही. बहुधा माझ्या धारिष्ट्याचा त्याला तिरस्कार वाटत असावा'.

**विनाशकारी विचार करणं –** शक्य तितकं वाइटात वाईट फलित मिळण्याची शक्यता गृहीत धरून त्यावरच लक्ष केंद्रित करणं.
उदाहरणार्थ, 'माझ्या रक्ताच्या चाचणीतून त्यांना काय सापडलं, ते सांगण्यास ते इतका वेळ का लावत आहेत? मी खात्रीनं सांगतो की, मला एखादा दुर्धर विषाणुजन्य संसर्ग झाला असावा. मी बहुतेक त्यातच मरणार आहे'.

इतरही अनेक आकलनात्मक विकृती आहेत. परंतु त्या सगळ्या जवळजवळ सारख्याच प्रकारे कार्य करतात. त्या वास्तवाला गाळणी लावतात आणि त्याला विकृत करतात. अशा प्रकारे आपल्या आकलनाच्या क्षेत्राला त्या संकुचित करतात. तुम्ही अधिक जागरूक राहण्याचा सराव कराल, त्या वेळी तुम्ही पुनःपुन्हा यांपैकी एका किंवा त्याहून अधिक पूर्वग्रहांकडे परतत असल्याचं तुमच्या लक्षात येईल. आकलनात्मक पुनर्रचनेच्या काही तंत्रांचा विचार करू या.

### *तंत्र १ : सॉक्रेटीसच्या शैलीनुसार प्रश्न विचारणं*

आकलनात्मक पूर्वग्रह हे अचेतन आणि आव्हान न दिलेले असतात. त्यांना सचेतन करून आव्हान देणं हे आपलं काम असतं. सॉक्रेटीस या तत्त्वज्ञाच्या पद्धतीप्रमाणे जिज्ञासूपणानं प्रश्न विचारणं महत्त्वाचं असतं. सत्यापर्यंत पोहोचण्यासाठी त्याने एका साध्या तंत्राचा वापर केला होता. विनम्रपणे प्रश्न विचारणं असं ते तंत्र होतं. याचं एक उदाहरण पुढे दिलं आहे.

‘सगळ्या स्त्रिया सुख-संपत्तीला चटावलेल्या असतात.’

‘अस्सं? खरं की काय? याविषयी तुमच्याकडे काय पुरावा आहे?’

‘सांगतो, सन १९९२मध्ये अँजेला नावाची एक स्त्री होती.....’

‘तुमच्याकडे आणखी एखादा पुरावा आहे का?’

‘नाही...म्हणजे आणखी कुठलाच पुरावा नाही. पण प्रत्येक स्त्री.. सगळ्याच स्त्रिया तशाच असतात हे सगळ्यांनाच माहीत आहे.’

‘हे खरोखरच खरं आहे का? प्रत्येक स्त्री अशीच असते? तुमचा हा विचार वस्तुस्थितींवर आधारित आहे की तुमच्या भावनांवर आधारित आहे?’

‘अं...मला वाटतं की, तो थोड्या प्रमाणात माझ्या भावनांवर आधारित आहे.’

‘अधिक वास्तववादी दृष्टिकोन असेल तरच तुम्ही कोणत्याही परिस्थितीला समग्र स्वरूपात पाहू शकता ना?’

‘होय. बरोबर आहे. कदाचित सगळ्याच महिला तशा नसतील. निदान काही महिला तशा नसतील हे खरं आहे....’

अशा प्रकारे, तुम्ही आणखीही प्रश्न विचारू शकाल. इथे तुम्ही तुमचे स्वतःचे शब्द खरे मानण्यास नकार देता आणि प्रत्येक पूर्वग्रहाला, गृहीतकाला आणि अपेक्षेला आव्हान देत प्रश्न विचारता. तुम्ही विचारता की, ‘हा विचार खरोखरच खरा आहे का?’ तुम्ही असा विचार का करता? हा विचार कुठून येतो? का? तुम्ही कशाकडे पाहत नाही? ही अगदीच मूलभूत गोष्ट असल्यासारखं वाटतं, परंतु यातली वस्तुस्थिती अशी आहे की, आपल्यापैकी अनेक जण त्या विश्वासाला थेट खरा समजून मोकळे होतात. त्याविषयी क्षणभरसुद्धा ते वेगळा विचार करत नाहीत. तसा विश्वास ठेवण्याकरिता काही पुरावा आहे का हे विचारण्याची तसदीही घेत नाहीत.

तुम्ही परग्रहावरून आलेली व्यक्ती म्हणजेच एलियन आहात असं समजा. याचा अर्थ, तुम्ही इथल्या कोणत्याही गोष्टींना प्राधान्य देत नाही. तुमच्याकडे फक्त जिज्ञासा आहे. अशा वेळी पुढील प्रश्न निर्माण होतील.

तुम्हाला प्रत्यक्षात इथली काय माहिती आहे? वस्तुस्थिती काय आहे आणि भावना काय आहे? तुम्ही अंदाज बांधत आहात का की तुमची काही गृहीतकं किंवा पूर्वग्रह आहेत? की तुम्ही निराधार निष्कर्ष काढले आहेत? कोणत्या ना कोणत्या प्रकारे तुम्ही पुराव्याचा गैरअन्वयार्थ लावत आहात का?

त्या परिस्थितीचा अन्वयार्थ लावता येण्याच्या इतर मार्गांचा आणि तुमची सध्याची स्थिती किती अधिकृत आहे, याचा फक्त जिज्ञासूपणे विचार करा. तुम्ही नेहमीच सवयीनं असं करत आला आहात फक्त म्हणून तुम्ही तुमच्या कथेला चिकटून राहिला आहात का? आपण नेहमीच चुकीच्या, सदोष विचारांसह काम करत राहतो, कारण आपल्याविषयी आपल्या मनात असलेल्या आधीच्या विश्वासांना आणि निष्कर्षांना असा सदोष विचार पुष्टी देतो.

आपलं अंतर्गत कथन आणि आत्मसंवाद हे इतके आग्रही असतात की, आपण फक्त त्यांना मान्य करू लागतो. परंतु सॉक्रेटीससारखे प्रश्न विचारण्याचं तंत्र आपली स्वतःची अधिकृतता आणि आकलनं यांची सुरुवातीपासून तपासणी करतं. तुम्ही स्वतःला अधिक व्यापक, अधिक सखोल आणि अधिक व्यवहार्य विचार करण्यास प्रोत्साहित करता. थोडक्यात, तुमचे स्वतःचे पूर्वग्रह, कमतरता आणि सदोष तत्त्वज्ञान उघड करण्यासाठी तुम्ही तीक्ष्ण प्रश्नांचा उपयोग करता. तुम्ही फक्त गंमत म्हणून स्वतःशी असहमत होत नाही, तर एकूणच, तुमच्या स्वतःच्या आळशी किंवा स्वयंचलित विचारांना आव्हान देण्याचा प्रयत्न करता. इतर शक्यतांचा विचार करणं हा त्याच गोष्टी वेगळ्या प्रकारे करण्याची सुरुवात करण्याचा एकमेव खराखुरा मार्ग आहे.

### *तंत्र २ : मार्गदर्शक कल्पना*

नजरेसमोर कल्पनाचित्र आणणं हा मन एकाग्र करण्याचा, तुमच्या अवधानाला दिशा देण्याचा आणि तुमच्या विचारांमध्ये बदल घडवण्याचा एक प्रभावी मार्ग आहे. तुम्ही आधीच ध्वनिमुद्रित करण्यात आलेल्या मार्गदर्शक कल्पनांच्या सत्रांची खरेदी करू शकाल किंवा तुम्हाला ती मोफत ऑनलाइन मिळू शकतील अगर तुम्ही स्वतःच अशी ध्वनिमुद्रणं तयार करू शकाल. तुम्ही जे काही करायचं असं ठरवता, त्याचा सराव करण्यासाठी तुमच्या कल्पनांचा

वापर करता, अशी यामागची कल्पना आहे. किंवा मनातल्या मनात विशिष्ट घटनांना किंवा प्रतिमांना तुम्ही साकार करता आणि अशा प्रकारे तुमच्या स्वतःविषयीच्या तुमच्या मनातील प्रमुख विश्वासांचा स्वतःच्या निकषांनुसार सराव करू शकता किंवा त्यांचं पुनर्लेखन करू शकता.

उदाहरणार्थ, तुम्ही वर देण्यात आलेल्या दोन स्तंभांच्या स्वाध्यायाचा उपयोग करून काही पर्यायी विचार ओळखू शकाल आणि नंतर खरोखरच्या जीवनात नवीन विचार काम करत असल्याचं कल्पनाचित्र नजरेसमोर आणू शकाल. तुम्ही वेगळ्या दृष्टिकोनातून आधीच्या वादावर किंवा चर्चेवर नजर टाकली किंवा त्याचा विचार केला तर आता ती किती वेगळ्या प्रकारे पुढे सरकू लागेल त्याची तुम्ही कल्पना करू शकाल. किंवा तुमच्या समोर येणाऱ्या आगामी परिस्थितीकडे तुम्ही पूर्णपणे नवीन दृष्टिकोनातून पाहू शकाल. काही लोक नजरेसमोर कल्पनाचित्र आणण्याचा हा स्वाध्याय रोज करतात. दिवसभरात करावयाच्या गोष्टींची यादी ते सकाळीच करतात आणि नंतर आपण दिवसभर ती सगळी कामं कशा प्रकारे पार पाडत आहोत त्याचं कल्पनाचित्र नजरेसमोर आणतात. वेगवेगळ्या आव्हानांशी आपण कशा प्रकारे जुळवून घेत आहोत, त्यांना कसं हाताळत आहोत याचं ते अत्यंत तपशीलवार सुस्पष्ट कल्पनाचित्र तयार करतात. अगदी आपल्या समोर येणाऱ्या संकटांना ते कसा प्रतिसाद देतील याचं चित्रही ते नजरेसमोर आणतात.

वेगळ्या प्रकारच्या मनोरचनेचा सराव करण्यासाठी किंवा तिची रंगीत तालीम करण्यासाठी अगर भूतकालीन अनुभवांकडे परत जाण्यासाठी कल्पनाचित्राचा उपयोग करा. अशा वेळी, सगळ्या गोष्टींचा वेग कमी करून तुम्ही नेमकं काय घडलं होतं त्याचं परीक्षण करू शकाल. अशा वेळी, तुम्ही त्यामागचे विश्वास शोधू शकाल आणि त्यांच्यावर अधिक बारकाईनं नजर टाकू शकाल. किंवा नजरेसमोर कल्पनाचित्र आणणं हे तुम्ही आपल्या मनात रुजवू आणि विकसित करू पाहत असलेल्या विविध मनःस्थितींमध्ये आणि भावनांमध्ये अधिक सखोल बुडण्यास मदत करणारं फक्त एक साधन असू शकेल. उदाहरणार्थ, 'तुम्ही पुरेसे चांगले किंवा सक्षम नाही, तुमच्यात कमतरता आहेत', हा तुमचा विश्वास हाच तुमच्या बऱ्याचशा नकारात्मक चिंतनाच्या मुळाशी आहे असं तुम्हाला आढळलं तर तुम्ही या विश्वासावर मात करण्यासाठी नजरेसमोर कल्पनाचित्र आणण्याचा वापर करू

शकाल. आधीच्या काही परिस्थितींमध्ये आपण सक्षम आहोत, आपल्यात काहीच कमतरता नाही असं तुम्हाला वाटलं असेल तर पुन्हा एकदा त्या परिस्थितींचं कल्पनाचित्र नजरेसमोर साकारून तुम्ही त्या भावनांची अनुभूती घेऊ शकाल. त्या प्रतिमांचा किंवा प्रसंगांचा धांडोळा घेतल्यानंतर तुम्ही मनात पर्यायी विचार आणून त्यांचा विस्तार करू शकाल. या दृष्टिकोनातून विचार करून तुमच्या उद्दिष्टांना साध्य करण्यासाठी कोणत्या कृती करणं शक्य आहे त्याचा विचार तुम्ही करू शकाल.

कल्पनाचित्रं नजरेसमोर आणण्यास कसल्याही मर्यादा नसतात. एखादा सुज्ञ मार्गदर्शक किंवा सल्लागार तुम्हाला प्रोत्साहित करत आहे आणि तुम्हाला सल्ला देत आहे अशी कल्पना करण्यासाठी मार्गदर्शक कल्पनाचित्रांच्या सत्रांचा तुम्ही वापर करून घेऊ शकता. ज्या ठिकाणी तुम्ही तणावमुक्त होण्यासाठी जाऊ शकाल अशा अंतर्गत मानसिक 'सुरक्षित क्षेत्राची' तुम्ही कल्पना करू शकाल. तुमच्या नवीन व आदर्श स्वरूपाच्या तपशिलांची कल्पना करण्यासाठी तुम्ही काही वेळ घेऊ शकाल. तुमचं ते आदर्श स्वरूप कसा विचार करेल, त्याला भावनांची कशी अनुभूती येईल आणि ते काय करेल याची तुम्ही सविस्तर कल्पना करू शकाल.

तुमच्या या नवीन स्वत्वाशी तुमचं जुनं स्वत्व संभाषण करत आहे अशी कल्पनाही तुम्ही करू शकाल किंवा कदाचित तुमच्या दृष्टीनं अर्थपूर्ण असलेल्या प्रतिमांचं आणि प्रतीकांचं चित्र नजरेसमोर आणू शकाल. कदाचित, आपली वेगवेगळ्या स्वरूपांमध्ये कल्पना करणं हे तुमच्या दृष्टीनं अत्यंत प्रभावशाली साधन असू शकेल. उदाहरणार्थ, आपण फुलपाखरू आहोत, सुरवंटातून फुलपाखरात आपला कायापालट होत आहे अशी कल्पना तुम्ही करू शकाल. अशा वेळी आपले सगळे जुने विश्वास सोडून देऊन तुम्ही स्वतःकरिता नवीन विश्वासांची उभारणी करत असल्याची कल्पना करा. नेमकं काय करायचं हे तुमच्यावर अवलंबून असेल. तुम्ही फक्त वरवरच्या पातळीवर तुमच्या विचारांचं पुनर्लेखन करत नाही, तर प्रत्यक्षात त्या विचारांची अनुभूती घेत आहात ही यातली महत्त्वाची गोष्ट आहे. नजरेसमोर कल्पनाचित्र आणल्यामुळे तुमच्या मेंदूच्या दृष्टीनं गोष्टी अधिक वास्तव होतात. अर्थातच, याकरिता तुमच्या पंचेंद्रियांचा तुम्हाला वापर करावा लागतो आणि तुमच्या भावनांना व संवेदनांना त्यात एकत्र आणावं लागतं.

### *तंत्र ३ : नोंदी ठेवणं किंवा रोजनिशी लिहिणं*

सगळ्या गोष्टींना लिहून काढणं हा त्यांच्यापासून अंतर राखण्याचा आणि त्यांच्याविषयीचा दृष्टिकोन प्राप्त करण्याचा एक नैसर्गिक व सोपा उपाय आहे. यामुळे तुमच्या विचारांची गती कमी होते आणि ज्या गोष्टी अगदीच अमूर्त किंवा काल्पनिक आहेत असं वाटतं, त्यांच्यावर नियंत्रण प्राप्त करता येतं. ज्या वेळी तुम्ही तुमच्या विचार प्रवाहांना ओळखता आणि नकळतपणे सुरू असलेल्या तुमच्या अचेतन आत्मसंवादाला सक्रिय राहण्याची परवानगी देता, त्या वेळी संरचनांची, विशिष्ट कल्पनांची जाणीव करून घेणं आणि विचारचक्रांची पुनरावृत्ती करणं अधिक कठीण असतं. परंतु तुम्ही सगळ्या गोष्टींना फक्त चांगल्या किंवा वाईट अगर उचित किंवा अनुचित अशा फक्त कृष्ण-धवल प्रकारच्या दोन टोकांमध्येच विभाजित करणं थांबवलं तर तसं करणं अधिक सोपं होतं.

वर देण्यात आलेला दोन स्तंभांच्या तंत्राचा स्वाध्याय ही संदिग्ध विचारांवर नियंत्रण प्राप्त करण्याची उत्तम पद्धत आहे. परंतु आकलनात्मक विकृतींना ओळखण्यासाठी आणि त्यांच्यावर काम करण्यासाठी लेखनाचा उपयोग करण्याच्या इतर पद्धतीही आहेत. तुम्ही एक जिज्ञासू शास्त्रज्ञ आहात अशी कल्पना करा. गोष्टींना समजून घेणं आणि त्यांच्या नोंदी करणं इतकंच तुमचं काम आहे असा विचार करा. ज्या वेळी एखादी लक्षणीय गोष्ट घडते किंवा तुम्ही अस्वस्थ होता किंवा गोंधळून जाता त्या वेळी तुम्ही वही उघडता आणि त्याविषयी पुढीलप्रमाणे लिहून काढता.

**परिस्थिती –** काय घडलं? तसं घडण्यास कोणत्या गोष्टी कारणीभूत ठरल्या?

**तुमचे विचार –** तुम्ही काय विचार करत आहात?

**तुमच्या भावना –** तुमच्या भावना काय आहेत आणि तुमच्या शरीरात त्या कशा काम करत आहेत?

**तुमची परिणामी वर्तनं –** या विचारांना आणि भावनांना कसा प्रतिसाद देण्याची किंवा कोणती कृती करण्याची निवड तुम्ही केली होती? त्याचा परिणाम काय झाला?

**संभाव्य आकलनात्मक पूर्वग्रह किंवा विकृती – काही पुनःपुन्हा** उद्भवत असलेल्या संरचना, परिचित कथनं किंवा फक्त जुन्या अव्यवहार्य गोष्टी तुम्हाला ओळखता येतात का?

**पर्यायी विचार –** दोन स्तंभांच्या कृतीप्रमाणे, तुम्हाला वेगळा दृष्टिकोन किंवा अगदी तुमचा विचार ठोस कृतीत बदलण्याचा मार्ग ओळखता येतो का?

**तुम्ही पर्यायी विचार वापरता त्या वेळी काय घडतं?** कोणत्याही प्रकारे तुमच्या दिनचर्येत अद्ययावत विचार रुजवण्याचा प्रयत्न करा. तो कशा प्रकारे वेगळा वाटतो? तुम्हाला त्यामुळे काय वेगळं जाणवतं? तुम्हाला वेगळे परिणाम मिळतात का? तुम्ही वेगळ्या कृतींची निवड करत आहात का?

या गोष्टींचं एक संक्षिप्त उदाहरण पाहू या :

**परिस्थिती :** ख्रिसमसच्या दरम्यान, तुमचं वजन दहा पाउंडांनी वाढलं आहे.

**तुमचे विचार :** 'ही तर अगदीच आपत्तिजनक परिस्थिती आहे. मी एखाद्या डुकरासारखा दिसत आहे. हे वजन मला कधीच कमी करता येणार नाही'.

**तुमच्या भावना :** अत्यंत शरमिंदेपणा, आत्मतिरस्कार आणि हात-पाय जडावल्यासारखे वाटणं. कुठेतरी लपून बसावं असं वाटणं.

**तुमची परिणामी वर्तनं :** पराभूत झाल्यासारखं वाटणं, अधिक चांगलं वाटावं म्हणून अधिक खाण्याची इच्छा होणं.

**संभाव्य आकलनात्मक पूर्वग्रह आणि विकृती :** शारीरिक वजनाविषयीची 'खाईन तर तुपाशी नाहीतर उपाशी' अशी दोन टोकांची जुनी विचार संरचना, उदासीनता आणि विनाशकारी गोष्टींविषयी टोकाचा विचार करणं या गोष्टींकडे लक्ष द्या. अत्यंत कठोरपणा आणि करुणेचा, समरसतेचा अभाव असल्याचं निरीक्षण करा. कोणताही विशिष्ट दृष्टिकोन बाळगू नका.

**पर्यायी विचार :** 'तुझं वजन वाढलं असलं तरी त्यामुळे आकाश कोसळणार नाही. असं होतं. त्यामुळे तू अस्वस्थ झाला आहेस हे मला माहीत आहे, पण थोडे प्रयत्न केल्यानंतर पुन्हा एकदा वजन कमी होईल'. यावर उपाययोजना करण्यासाठी कोणती छोटी पावलं उचलणं शक्य आहे असं स्वतःला विचारा. उदाहरणार्थ, आरोग्यदायक अन्नाची खरेदी करण्यासाठी दुकानात जाणं.

**पर्यायी विचार अमलात आणण्याचा प्रयत्न केल्यावर काय होतं :** तुम्ही असा पर्यायी विचार करता की, व्याकूळ झाल्यासारखं, घबराट उडाल्यासारखं किंवा स्वतःविषयी किळस वाटल्यासारखं वाटून घ्यायची गरज नाही. अजूनही मला वाईट वाटत आहे, पण आता परिस्थितीत सुधारणा घडवण्यासाठी काहीतरी करणं शक्य आहे हे मला माहीत आहे. त्यामुळे ज्या वेळी माझ्या मनात नैराश्याची आणि आत्मतिरस्काराची भावना येत नाही, तोपर्यंत कृती करणं अधिक सोपं असेल.

ज्या वेळी तुम्ही सगळ्या गोष्टी लिहून काढाल त्या वेळी स्वतःला त्यांच्यातील संरचनांचं निरीक्षण करण्याची संधी द्या. नेहमीच गोष्टींना शब्दांत मांडल्यामुळे तुमच्या मनात त्यांच्यावर नियंत्रण प्राप्त केल्याची भावना निर्माण होते. तुमचे विचार कागदावर उतरवा आणि प्रत्यक्षात कागदावर तर फक्त शब्द आणि संरचना आहेत याची जाणीव करून घ्या. खरं तर, ते नेहमीच तुमच्या डोक्यातीलसुद्धा फक्त शब्द आणि संरचनाच असतात. तुम्ही जसं सहजपणे तुमच्या वहीत वेगवेगळ्या शब्दांचं पुनर्लेखन करू शकता, त्याप्रमाणेच तुमच्या अंतर्गत चित्रातही तुम्ही सहजपणे बदल घडवू शकता.

### *तंत्र ४ : असं झालं तर काय होईल या विचाराला हाताळणं :*

विनाशक स्वरूपाचे विचार करणाऱ्यांच्या (आणि जुनं नकारात्मक चिंतन करणाऱ्यांच्या) मनाला नेहमीच एक प्रश्न डाचत असतो : 'असं झालं तर काय होईल?' हाच तो मूळ प्रश्न असतो. गंभीर तपशिलांसह आपण अत्यंत वाईट संभाव्य फलित काय असेल त्यावर चिंतन करतो. त्यानंतर त्याची

व्याप्ती वाढवून त्यावर लक्ष केंद्रित करतो आणि मग ते फक्त संभाव्य नव्हे तर शक्य असलेलंच फलित असल्याप्रमाणे वर्तन करू लागतो. अशा प्रकारच्या आकलनात्मक विकृतीभोवतीची चिंताग्रस्तता सोडून दिल्यामुळे तुमच्या मूल्यमापनांना काही प्रमाणात पुन्हा एकदा अर्थ आणि कार्यकारणभाव प्राप्त होतो. 'असं झालं तर काय होईल?' या प्रश्नावरून तुमचा दृष्टिकोन हटवून तुम्ही हे करू शकता.

पहिली गोष्ट म्हणजे, विनाशक स्वरूपाचे विचार हे फक्त नकारात्मक फलितांवर अतार्किकपणे लक्ष केंद्रित करतात. हे त्यांचं गुणवैशिष्ट्य असतं. मात्र, त्या वेळी एखादी चांगली किंवा अतिशय उत्तम गोष्ट घडणंही शक्य असतं. या सकारात्मक शक्यतांकडे आपण दुर्लक्ष करतो आणि स्वाभाविकपणे खरोखरच ती परिस्थितीही दुःखद दिसू लागते. अधिक समतोल दृष्टिकोन प्राप्त करण्यासाठी एक कागद घ्या आणि त्यावर दोन स्तंभ आखा. एका बाजूला 'जर असं झालं तर'च्या नकारात्मक विचारांची नोंद करा आणि दुसऱ्या बाजूला याच विचाराच्या सकारात्मक विचारांची नोंद करा. आता या संदर्भात सकारात्मक विचारांपेक्षा नकारात्मक विचार करणं ही सोपी गोष्ट असेल. परंतु तुम्हाला पुढील गोष्टीची आठवण करून देण्यात या स्वाध्यायाची ताकद सामावलेली आहे : अ) काय होईल ते तुम्हाला प्रत्यक्षात माहीत नसेल आणि ब) तुम्हाला सुखद आश्चर्याचा धक्का बसू शकेल.

दोन्ही बाजूंना समान संख्येच्या शक्यता असाव्यात, पण ही गोष्ट अगदी ओढूनताणून, जबरदस्तीनं करू नका. तुम्ही तयार केलेल्या यादीवर नजर टाकून स्वतःला विचारा की : 'सकारात्मक गोष्टीच्या तुलनेत नकारात्मक गोष्ट घडण्याची शक्यता अधिक आहे का?' काही वेळा परिस्थितीतील सकारात्मक क्षमतेचा जाणीवपूर्वक विचार केल्यामुळे आपल्याला गोष्टींविषयीचा अधिक समतोल दृष्टिकोन मिळू शकतो आणि चिंताग्रस्तता कमी होते.

अखेरीस, तुम्ही हा स्वाध्याय केल्यावर तुमच्या असं लक्षात येऊ शकेल की, अगदी अधिक बारकाईनं विचार केल्यावरसुद्धा नकारात्मक संभाव्य फलितंच संख्येनं अधिक आहेत. मग आता काय करायचं?

सकारात्मक विचार करणं याचा अर्थ आपण नकारात्मक फलितं, निराशा किंवा अवघड भावना यांच्यापासून मुक्त असलेल्या जगात राहत आहोत असा होत नाही. आपल्याला न आवडणाऱ्या परिस्थितीला

आपल्याला तोंड द्यावं लागण्याची पुरेपूर शक्यता असते. कारण शेवटी हे आयुष्य आहे. 'मात्र जर अत्यंत वाईट संभाव्य फलितच समोर आलं तरी ती गोष्ट खरोखरच पूर्णपणे वाईट असेल का?' असा प्रश्न विचारण्याचा दृष्टिकोन स्वीकारणं हीच सर्वाधिक सक्षम स्थिती असते.

हे करून पाहा. पुढच्या वेळी तुम्ही विनाशक स्वरूपाचा विचार करू लागलात की, कोणतातरी परिणाम समोर आल्याशिवाय त्याचा पाठपुरावा करत राहणं सोडू नका. यासाठी पुढे एक उदाहरण दिलं आहे :

असं समजा की, तुम्ही विचार करत आहात,

'माझ्यावर गैरव्यवहार केल्याचा खटला चालवला जात आहे. ही माझ्या कारकिर्दीची अखेर आहे. त्यामुळे मी घाबरलो आहे.'

आता यापुढे विचारांची शृंखला कशी तयार होईल ते पाहा.

'मग काय झालं? जास्तीतजास्त वाईट काय घडू शकेल?'

'मला कायमचीच नोकरी सोडून द्यावी लागेल. ही गोष्ट खरोखरच तणावपूर्ण आणि उद्ध्वस्त करणारी असेल.'

'ठीक आहे. ही गोष्ट खरोखरच वाईट असल्यासारखी वाटते. पण खरोखरच तसं घडलं (अद्याप तर तसं घडलेलं नाही) तरीही तू तिच्यातून बाहेर पडून पुढे जाऊ शकशील. बरोबर आहे ना?'

ही तुमच्या भावनांना फेटाळून लावण्याची किंवा त्यांची तीव्रता कमी करण्याची गोष्ट नाही. त्याऐवजी ज्या वेळी तुमच्या मनातील सगळ्यांत मोठ्या भीतीला तुम्ही थेट भिडता आणि असं होणं ही प्रलय झाल्यासारखी भयानक गोष्ट नसल्याची स्वतःला आठवण करून देता, त्या वेळी ती व्यवस्थापन करता न येणारी गोष्ट आहे असं वाटेनासं होतं. ज्या वेळी आपण चिंताग्रस्ततेत पार बुडून गेलेले असतो त्या वेळी आपण फलितांना आपल्यावर सत्ता गाजवू देतो. आपण असं म्हणतो की, संभाव्य फलित हे पूर्णपणे असह्य आणि व्यवस्थापन करणं शक्य नसलेलं असेल. पण ही गोष्ट खरी असते का? व्यवस्थापन करणं शक्य नसलेलं म्हणजेच हाताळता न येणारं असं एखादं फलित खरोखरच असतं का? यानंतरही पुढे असेच प्रश्न विचारत राहा :

‘यात इतकं वाईट असं काय आहे?’

‘ते सगळे माझ्यामागे माझ्याविषयी चर्चा करत राहतील, अफवा पसरवतील.’

‘त्यात इतकं वाईट काय आहे?’

‘मला बाजूला टाकलं जाईल. आता ते मला बोलावणार नाहीत.’

‘मग त्यात तरी असं काय वाईट आहे?’

‘मी वाईट माणूस आहे असा ते माझ्याविषयी विचार करतील.’

‘त्यात असं इतकं वाईट काय आहे?’

‘हं..तसं पाहता काहीच नाही असं मला वाटतं. काही लोकांना मी आवडलो नाही तर मी काही मरणार नाही.’

वाईट फलित हे असह्य नाही, याची तुम्हाला जाणीव झाली की, तुमची चिंता समोर येण्याआधीच तिचा अंत होतो. कित्येक काल्पनिक समस्या आणि भीती या प्रत्यक्षात तुम्हाला मुळीच दुखवू शकत नाहीत. त्यामुळे त्या अस्वस्थतांना टाळण्याचा प्रयत्न करण्यात तुमचं जीवन तुम्ही वाया घालवण्याची गरज नसते.

आणखी एक उदाहरण पाहू या. त्याविषयीचे विचार असे असतील :

‘पण ही गोष्ट गंभीर आहे. मला दोन्ही हात आणि पाय गमवावे लागले तर मला पुन्हा कधीच चालता-फिरता येणार नाही.’

‘ठीक आहे. म्हणजे यात घडू शकणारी सगळ्यात वाईट गोष्ट हीच आहे का? ही खरोखरच खूपच वाईट गोष्ट आहे. पण तरीसुद्धा तुला तुझ्या प्रतिक्रियेची निवड करता येईल. त्या वेळीसुद्धा तुझ्याकडे काही पर्याय असतील आणि समाधान वाटण्याजोग्या काही गोष्टी असतील. म्हणून गरज पडलीच तर सगळ्यात वाईट संभाव्य फलितालाही हाताळणं शक्य होईल.’

यातलं सत्य हेच आहे की, सगळ्यांत वाईट गोष्ट क्वचितच घडते. फलित काहीही असलं तरी तुमच्याकडे नेहमीच क्षमता, शक्ती आणि पर्याय असतात या गोष्टीची जाणीव करून घेतल्यामुळे विनाशक विचारसरणीचा दंश नाहीसा

होतो. काही वेळा प्रत्यक्षात विनाशक गोष्टींना तोंड दिलेले लोक अशा प्रकारच्या भावना व्यक्त करतात. जीवनानं त्यांच्या समोर आणलेल्या अत्यंत विदारक परिस्थितीतूनही ते तावून सुलाखून बाहेर पडून त्यांनी स्वतःला सिद्ध केलेलं असतं. यापेक्षा इतर कोणत्या गोष्टीमुळे अधिक सबलीकरण होऊ शकेल आणि आत्मविश्वासाला प्रोत्साहन मिळू शकेल?

**महत्त्वाचे मुद्दे :**

- ठामपणे स्वीकार करणाऱ्या आपल्या निरीक्षक स्वत्वात आपण एकदा पोहोचलो की, आपल्या आकलनात्मक विकृतींचा, अपेक्षांचा, अंतर्गत मिथकांचा, कथनांचा, पूर्वग्रहांचा आणि गृहीतकांचा पुनर्विचार करण्यास आपण सुरुवात करतो. आपण अगदी नेमकेपणानं त्यांना आव्हान देत नाही, परंतु आपण जागरूकपणे निवड करत असलेल्या पर्यायांचा आपण विचार करतो आणि त्यांच्यासाठी आपल्या मनात जागा निर्माण करतो.
- आपण कशा प्रकारे विचार करत आहोत त्याविषयी जाणीव करून घेऊन आणि आधी स्वयंचलित, सवयीच्या आणि अचेतन असलेल्या गोष्टींवर प्रकाश टाकून आपण आकलनात्मक पुनर्रचनेचा सराव करू शकतो. ज्या वेळी आपल्या दृष्टिकोनात आपण बदल घडवून आणू शकतो आणि आपल्या आत्मसंकल्पनांमध्ये हळुवारपणे बदल करतो, त्या वेळी आपण वेगळ्या प्रकारे विचार करण्यास, भावनांची जाणीव करून घेण्यास आणि वर्तन करण्यास सुरुवात करतो, हा बदल वरवरचा किंवा फक्त 'सकारात्मक विचारसरणी' असलेला नसतो.
- जागरूकता निर्माण झाल्यानंतर आपल्या विचारांचं आपण समायोजन करू शकतो, त्यांना हरकत घेऊ शकतो, त्यांच्याशी वादविवाद करू शकतो किंवा त्यांच्याशी संलग्न होऊ शकतो आणि जाणीवपूर्वक पर्यायांची निवड करू शकतो. त्यानंतर आपल्या खरोखरच्या जीवनांमध्ये आपण त्या पर्यायांचा वापर करू शकतो. आपण आपला स्वतःचा निवाडा करण्याची, आपलं सातत्यानं मूल्यमापन करत राहण्याची, एखादी गोष्ट ठीक करण्याची किंवा सत्याचा शोध घेण्याची काहीच आवश्यकता नसते. त्याऐवजी आपल्या अत्यंत

गहन मूल्यांनुसार आपलं उद्दिष्ट साध्य करण्याच्या दृष्टीनं आपले विचार किती उपयुक्त आहेत त्याचं मूल्यमापन आपण करू शकतो.

- दोन स्तंभांचं तंत्र आपल्याला विचारांची गती मंदावण्यास, स्वयंचलित नकारात्मक विचार ओळखण्यास आणि त्यांची जाणीवपूर्वक पुनर्रचना करण्यास मदत करतं. याकरिता संयम, धैर्य, करुणा आणि जिज्ञासूपणा यांची आवश्यकता असते. 'खाईन तर तुपाशी नाहीतर उपाशी' या दोन टोकांचाच विचार करणाऱ्या विचारसरणीचा शोध घ्या. त्याबरोबरच विनाशक स्वरूपाचे विचार करणं, मन वाचणं, भविष्याचं अनुमान बांधण्याचा प्रयत्न करणं, सर्वसामान्यीकरणं करणं किंवा टोकाची नकारात्मक मूल्यमापनं करणं या गोष्टी आढळतात का त्याचाही शोध घ्या. या विचारांमधील शब्द बदला, त्यांचं पुनर्लेखन करा किंवा त्यांना उपयुक्त कृतीत कसं बदलता येईल त्याचा विचार करा.
- आकलनात्मक पुनर्रचनेची असंख्य तंत्रं असतात, परंतु त्या सर्वांची सुरुवात जागरूकतेपासून होते आणि पर्यायांचा विचार करण्याच्या आपल्या प्रामाणिक विचारानीच त्यांची अखेर होते. आपण सॉक्रेटीसच्या प्रश्न विचारण्याच्या तंत्राचा वापर करू शकतो. (गृहीतकांकरिता आणि विश्वासांकरिता पुरावा मागत राहा आणि नेहमीच 'का?' असा प्रश्न विचारत राहा.) याशिवाय डोळ्यांसमोर मार्गदर्शक कल्पनाचित्र तयार करणं (भूतकालीन किंवा भविष्यकालीन पर्यायांची रंगीत तालीम करण्यासाठी किंवा त्यांना साकार करण्यासाठी), नोंदी ठेवणं किंवा रोजनिशी लिहिणं, (विचार उतरवून काढण्यासाठी आणि पर्यायांचा उपयोग करण्यासाठी) आणि 'असं झालं तर काय होईल?' या प्रश्नाच्या संदर्भात प्रयोग करणं ही काही तंत्रं होत. (तात्त्विक निष्कर्षापर्यंत पोहोचेपर्यंत विनाशक विचारांचा पाठपुरावा करा आणि अस्वस्थता, अपयश किंवा अनिश्चितता या गोष्टी खरोखरच तितक्याशा वाईट असतात का ते पाहा.)
- आकलनात्मक पुनर्रचनेमुळे आपल्याला पूर्वसक्रिय आणि रचनेचा विचार करता कमी चिंताग्रस्तता असलेल्या नवीन दृष्टिकोनाची आणि मनोरचनेची रुजवणूक करण्यास मदत होते.

# ४

## आपल्याकडे फक्त वर्तमानच आहे

काही लोक जीवनात जवळजवळ मनातील घबराटीमुळे अतिशय व्याकूळपणे सातत्यानं कशी धडपड करत राहतात हे तुमच्या कधी लक्षात आलं आहे का? ते प्रत्येक छोट्या छोट्या गोष्टीला संघटित करण्याचा, अशा गोष्टींना व्यवस्थित करण्याचा आणि त्यांच्यावर नियंत्रण ठेवण्याचा प्रयत्न करताना दिसतात. जणू काही या विश्वाचे मुख्य कार्यकारी अधिकारी (सीईओ) म्हणून कोणीतरी त्यांची नियुक्ती केली असावी अशा प्रकारे ते वागतात. त्यांनी जर त्यांच्या या कामाची सूत्रं हाती घेतली नाहीत तर जणू काही संपूर्ण विश्वाची वाताहत होईल आणि तिथे प्रचंड अंदाधुंदी माजेल असं वाटत असल्याप्रमाणे त्यांचं वागणं असतं. कदाचित, तुम्हीच अशी व्यक्ती असू शकाल. घबराट उडणं, व्याकूळ असणं, काळजी करणं, अतिविचार करणं आणि नकारात्मक चिंतनात गढून जाणं ही आकलनात्मक विकृतीत बुडालेल्या मनाची किंवा प्रमाणाबाहेर नकारात्मकता असलेल्या दृष्टिकोनाची काही लक्षणं आहेत. चिंताग्रस्तता हा निश्चितपणे संकुचित अवधानाचा आणि जागरूकतेच्या अभावाचा एक प्रश्न आहे. परंतु या प्रकरणात आपण चिंताग्रस्तता याहूनही अधिक खोलवर जाऊ शकते याचा विचार करणार आहोत आणि जीवनाविषयीच्या तिच्या अधिक मूलभूत अभिमुखतेवर म्हणजेच ज्या आकलनात आपण मूलतः आपल्या जगावरचा विश्वास गमावून बसतो, तिच्यावर भाष्य करणार आहोत.

या संदर्भात विश्वास, स्वीकारार्हता, सहिष्णुता, आकर्षकपणा किंवा समर्पण किंवा शरणागती यांसारख्या गोष्टींचा आता विचार करू या. मात्र,

ज्या गोष्टी प्रत्यक्षात तुमच्या नियंत्रणाच्या किंवा आकलनाच्या बाहेर असतात त्यांच्याविषयी सन्मानाची भावना बाळगण्याचा हा दृष्टिकोन असतो. समजा, तुम्हाला मागे खेचत असलेल्या आकलनात्मक विकृतींविषयी तुम्ही अधिक जागरूक होण्याचा आणि त्यांच्यावर प्रभुत्व मिळवण्याचा सराव करत आहात. असं समजू या की, तुम्ही वर्तमानात पूर्णपणे आरामात जगत आहात. पूर्णपणे दक्ष आणि सचेतन मनःस्थितीत आहात. तुम्ही अतिशय परिपूर्णपणे सक्रिय आहात आणि सर्व विचारांच्या संदर्भात खुल्या मनाने वागत आहात. अशा वेळी अचानकच तिथे कोणीतरी मूर्ख व्यक्ती येते आणि तुमचा अपमान करते.

यातली वस्तुस्थिती अशी आहे की, आपल्याला काही परिस्थिती कितीही आवडल्या नाहीत किंवा आपण त्यांच्याशी कितीही असहमत असलो आणि आपण त्यांना बदलू शकत नसलो तरी जीवन हे अशा परिस्थितींनी भरलेलं आहे. ते सकारात्मकपणे अशा परिस्थितींना स्वीकारतं आणि त्या आपल्या समोर येतात. हानी अटळ असते. आपल्याला नेहमीच आपला मार्ग सापडत नाही. काही वेळा काही अनुचित गोष्टींच्या विरोधात आपण कितीही प्रयत्न केले तरी त्या घडतात आणि आपल्यावर अन्याय होतो. काही वेळा जीवन आपल्या समोर संभ्रम आणि कठोर पेचप्रसंग निर्माण करतं. आपण त्यांच्याकरिता कितीही गहन विचार केला तरीही आपल्याला त्यांच्यातून बाहेर पडण्याची उत्तरं सापडत नसल्यासारखं दिसतं. मग काय करायचं?

अशा परिस्थितींचा स्वीकार करण्यास शिकणं हा शांत, समतोल जीवन जगण्याचा महत्त्वाचा भाग आहे. ज्या वेळी आपल्याला नको असलेल्या वास्तवाच्या विरोधात आपण लढा देतो व संतप्त होतो किंवा 'विश्वाचे सीईओ' असल्याच्या थाटात आपण वावरू लागतो आणि प्रत्येक गोष्टीला नीट, व्यवस्थित करण्याची जबाबदारी आपल्यावरच आहे असं समजतो, त्या वेळी आपण चिंताग्रस्त होतो. ज्या वेळी जगाचे काही भाग तुम्हाला अस्वीकारार्ह असल्यासारखे वाटतात, त्या वेळी तुम्ही भीतिग्रस्त होता आणि त्यांना विरोध करू लागता. ज्या वेळी आपण त्यांना स्वीकारतो, त्या वेळीच आपल्याला शांतता किंवा स्वातंत्र्य लाभतं.

याचा अशा प्रकारे विचार करा : या वेळी जे घडत आहे ते आधीपासूनच घडत आहे. गोष्टी जशा आहेत, तशाच त्या आहेत. तुमचं

आधीपासूनच त्यांच्यावर नियंत्रण नाही. या वस्तुस्थितीकरिता तुम्ही नाउमेद झालात आणि चरफडत राहिलात तर तुम्ही तणावग्रस्त होता. अशा वेळी आपलं या सगळ्यावर नियंत्रण आहे अशा आभासाची तुम्ही निर्मिती करता. परंतु जे घडत असतं ते तसंच पुढेही घडत राहणार असतं. फक्त तुम्ही ते न स्वीकारल्यामुळे नाखूश आणि चिंताग्रस्त होता. म्हणून अशा प्रकारे तुम्हीच तुमच्या दुःखाची किंवा असमाधानाची निवड व निर्मिती करता.

आता हे सगळं झेन तत्त्वज्ञानासारखं आणि अलिप्ततावादी असल्यासारखं वाटू शकेल. तुमच्या जीवनावर तुमचं निश्चितपणे थोडंफार तरी नियंत्रण आहे की नाही? नक्कीच ते आहे. पण तुमचं कशावर नियंत्रण नाही? खरं तर, अशा बऱ्याच गोष्टी असतात. प्रत्यक्षात ज्या वेळी तुमच्याकडे इतर कोणताही पर्याय नसतो, त्या वेळी समोर असलेल्या वस्तुस्थितीला का स्वीकारू नये? त्यांच्याबरोबर पुढे जाण्याचा मार्ग स्वीकारून त्यांना का शरण जाऊ नये? असं का करू नये यामागे फक्त आपला अहंकार हेच कारण असतं. तो आपल्या मनात प्रवेश करून आपल्याला सांगतो की, 'नाही. गोष्टी अशा असता कामा नयेत.' अशा वेळी वास्तवावर तो आपल्या अटींची व शर्तींची हुकमत गाजवू पाहतो. पण संपूर्ण जग आपलं शत्रू असल्याप्रमाणे वागल्यामुळे तुमच्या आनंदीपणात गुंजभर तरी वाढ होते का? तुम्ही निवांत राहू शकलात आणि वाद घालण्याची, समर्थन करण्याची, सबबी सांगण्याची, तक्रार करण्याची, स्पष्टीकरण देण्याची, नियंत्रण ठेवण्याची, गोष्टी आपल्याला हव्या तशा करण्याची, अंदाज बांधण्याची.... वगैरे गरजा सोडून दिल्या तर त्याबरोबरच तुम्ही अहंकाराचाही त्याग कराल. त्याबरोबरच कोणी सांगावं? कदाचित तुम्ही अपेक्षाही न केलेल्या एखाद्या नवीन आणि आनंदी गोष्टीचा शोध तुम्हाला अशा वेळी लागू शकेल.

आपल्या मनाच्या गहन पातळीचा विचार करता, एक माणूस म्हणून आपल्याला समजत नसलेल्या किंवा आपल्या नियंत्रणात नसलेल्या गोष्टींकडे धोका म्हणून पाहण्याकडे आपला कल असतो. या गोष्टी आपल्याकडून आपली ताकद काढून घेतील किंवा आपल्याला दुखावतील अगर आपण सर्वशक्तिमान आहोत या आपल्याविषयीच्या आपल्या दृष्टिकोनाचा अवमान करतील असं आपल्याला वाटतं. परंतु तुम्हाला नेहमीच उत्तम प्रकारे सारं काही माहीत असतं हे नेहमीच खरं असतं का? कोणत्याही क्षणी तुम्हाला हवी असलेली गोष्ट खरोखरच तुम्हाला परवडणारी, समर्थनीय

किंवा सुज्ञपणाचीच असते का? तुम्ही आता जसे आहात त्या परिस्थितीत विश्वाच्या ज्या चित्राचा तुम्ही एक भाग आहात त्या अतिशय मोठ्या चित्राचं आकलन करून घेणं आणि काय असलं पाहिजे व काय असू नये हे आत्मविश्वासानं सांगणं तुम्हाला खरोखरच शक्य असतं का? विनम्रता बाळगणं हाच प्रत्यक्षात सर्वश्रेष्ठ व सोईस्कर दृष्टिकोन असतो. ज्या गोष्टींना आपण विरोध करणं हे आपलं काम नसतं, त्या गोष्टींना विरोध करणं आपण थांबवलं की आपल्याला एक प्रकारची निश्चिंतता आणि निवांतपणा जाणवतो. तुमच्या मनाला त्याच्या जिवावर तसंच सोडून दिलं तर तुमचं मन त्याच्या स्वतःच्या कथा किंवा कोणत्याही प्रकारच्या कथा रचू लागेल. त्यानंतर ते घाबरण्याजोग्या, आपल्याला हव्या असलेल्या आणि आपल्याला आश्चर्य वाटण्याजोग्या, आपल्याला तोंड देणं भाग असलेल्या कथा आपल्यासमोर आणेल. ज्या वेळी आपण चिंताग्रस्त असतो त्या वेळी आपण एखाद्या समस्येनं आपल्या समोर यावं याकरिता जागा तयार करत आहोत की काय, असं वाटण्याजोगी ही परिस्थिती दिसते.

## शरणागती पत्करणं सोपं असतं

सगळ्यांत पहिली गोष्ट म्हणजे स्वीकारार्हता कठीण नसते. ती शिक्षा देणारी, जवळजवळ अशक्य अशी सर्वश्रेष्ठ मानवालाच पार पाडता येण्याजोगी कोणतीही धाडसी कृती नाही. खरं तर, तुम्हीच तिची न करण्याच्या गोष्टींच्या यादीत निवड केलेली असते. तुम्ही चित्रपटगृहात जाता आणि एखादं हट्टी, आक्रस्ताळं लहान मूल किंचाळू लागतं. तुम्हाला आपोआपच नकळतपणे संताप येतो. तुम्ही तिथल्या तिथे वास्तवाशी झगडू लागता. तुमचा हा प्रतिकार, हा विरोध कुठून येतो? नाही. ही नैसर्गिक वस्तुस्थिती नाही. ती त्या हट्टी, आक्रस्ताळ्या मुलाकडून आलेली नसते, तर ती तुमच्या मनातून निर्माण झालेली असते. मग तुमचं मन असं का करतं?

असं पाहा की, तुमच्या मनात खोलवर एक अचेतन विश्वास रुजलेला असतो. आपण विरोध केला तर समस्या सुटतात किंवा आपण दुःखी असलो तर आपण विरोध केल्यावर कोणत्या ना कोणत्या प्रकारे आपल्या समोरचा प्रश्न सुटतो असा तो विश्वास असतो. म्हणजेच आपण लढा दिला आणि ती समस्या दूर ढकलण्याचा प्रयत्न केला तर कदाचित आपल्याला

शांतता लाभेल किंवा त्या गोष्टी आपल्या मनाप्रमाणे घडू लागतील असं आपल्याला वाटतं. मात्र हे गृहीतक चुकीचं असतं. एखाद्या गोष्टीविषयी नाराज झाल्यामुळे संबंधित समस्या खरोखरच दूर होते या म्हणण्यात तथ्य आहे का? मुळीच नाही.

पण याचा अर्थ समोर घडणाऱ्या गोष्टींकडे पाहून तुम्ही बेफिकिरीनं, आत्मसंतुष्टीच्या भावनेतून 'वा, वा! सगळ्या गोष्टी कशा, अगदी घडल्या पाहिजेत तशाच घडत आहेत', असं म्हटलं पाहिजे असाही नाही. कुठेही काय 'असलं पाहिजे' याचा विचार तुम्ही करण्याची गरज नाही. तिथे फक्त ते आहे इतकाच विचार तुम्ही केला पाहिजे. म्हणजेच जे आहे ते आहे इतकंच समजून घेतलं पाहिजे. ते कसं असलं पाहिजे याचा विचार करण्याची गरज नाही.

प्रत्येक गोष्ट जशी आहे तशीच उचित आहे आणि ते कसं असलं पाहिजे किंवा नसलं पाहिजे हे तुम्ही ठरवण्याची गरज नाही यावर तुमचा मनापासून विश्वास असेल तर तुमचं अंतर्गत जग कसं असेल असं तुम्हाला वाटतं? वास्तवानं कसं काम करायला हवं होतं हे ठरवणं हे तुमचं काम आहे, असा विचार करणं तुम्ही थांबवलं तर काय होईल?

आपलं सगळं अस्तित्व पुसल्यासारखं नाहीसं होईल, सगळ्या गोष्टी नष्ट होतील अशी भीती आपल्यापैकी अनेकांच्या मनात असते. त्याऐवजी आपण जर फक्त जगत राहिलो तर काय होईल? गोष्टी घडतील आणि आपण त्यांच्याबरोबर विनासायास, त्यांना विरोध न करता पुढे जात राहू.

आता 'मला जर डास चावून, चावून बेजार करत असतील तर मी फक्त तिथे बसून राहून काय होतंय ते पाहत राहिलं पाहिजे का? ते जे करत असतील ते त्यांना तसंच करू दिलं पाहिजे का?' असा प्रश्न इथे विचारला जाऊ शकतो. यावरचं उत्तर असं आहे की, तुम्ही बसून राहू शकता. उठून दूर जाऊ शकता किंवा डास मारण्याचं औषधही फवारू शकता. परंतु कोणताही उपाय करताना तुम्ही आपला ऊर बडवून घेण्याची आणि जगावर संतप्त होण्याची आवश्यकता नाही. 'हे बरोबर नाही. मला डासांनी कधीही चावायला नको होतं', असा आरडाओरडा करण्याची गरज नाही. जर डास तुम्हाला आधीच चावले असतील तर आता त्यांनी चावायला नको होतं, असं म्हणणं अगदीच निरर्थक असेल.

आपल्याला दुःखाचा आणि अस्वस्थतेचा अनुभव येईल. परंतु या गोष्टींना आपल्यातून तसंच पुढे जाऊ देण्याची निवड आपण करू शकतो. तुम्ही ज्याला विरोध करता, ती गोष्ट टिकून राहते असं म्हटलं जातं. आता पुन्हा एकदा अचानकच उपटसुंभासारख्या तिथे आलेल्या आणि विनाकारण तुमचा अपमान करून गेलेल्या त्या अनोळखी व्यक्तीचा विचार करू या. तुमच्या मनात अस्वस्थता निर्माण होईल आणि नंतर ती निघून जाईल. परंतु जर तुम्ही त्या घटनेला विरोध केला तर मात्र ती अनोळखी व्यक्ती तुमचा अपमान करून तिथून निघून गेल्यानंतरही काही दिवसांपर्यंत तुम्ही मनातल्या मनात धुसफुसत, संतापानं धुमसत आणि चरफडत राहाल. म्हणून विरोध केला तर आपल्याला नको असलेल्या गोष्टी प्रत्यक्षात अधिक मोठ्या होऊन आपल्यासमोर येतात, तर स्वीकारार्हतेमुळे त्यांनी तिथून वाहून दूर जावं याकरिता जागा निर्माण होते. अशा प्रकारे, आपण नको असलेल्या घटनेला विसरतो आणि त्यामुळे पुढे जाणं सोपं होतं.

दुःख करत बसणं आणि विरोध करणं या गोष्टींमुळे कोणताही हेतू साध्य होत नाही.

### *स्वीकारार्हता प्रत्यक्षात कशी असते?*

आपल्याकडे जे काही असतं ते आता या क्षणात – म्हणजेच वर्तमानात असतं. आपल्याकडे फक्त वर्तमानकाळ असतो आणि आपल्याला हे स्वीकारावंच लागतं. जे काही आहे ते आता आहे. उद्या काय घडू शकेल त्याचा किंवा आधीच घडून गेलेल्या गोष्टीचा काहीच उपयोग नसतो. किंवा तुमचा मेंदू तुमच्याकरिता रचत असलेल्या काल्पनिक अगर सैद्धांतिक कथांना तुम्ही आज स्वीकारण्याची गरज नसते. तुम्ही फक्त सध्याच्या वर्तमान क्षणात असता. त्याच्यापासून अगदी निराशेनं पळून जाण्याचा किंवा त्यातच आणखी काही जोडण्याचा निरर्थक प्रयत्न तुम्ही करत नाही. असं समजू या की, तुम्ही वाईट परिस्थितीत अडकला आहात. तुम्ही नाखूश किंवा अगदी दुःखी आहात. तुम्ही घाबरला आहात. ठीक आहे. त्याच मार्गावरून पुढे चला. काहीही झालं तरी तुम्ही या भावनांना विरोध केला तर सुरुवातीच्या अस्वस्थतेच्या तुलनेत तुम्ही स्वतःसाठी दुप्पट अस्वस्थता निर्माण कराल, शिवाय, त्या अस्वस्थतेची जाणीव करून घेण्यास स्वतःला परवानगी न दिल्याबद्दलची बेचैनीही तुम्हाला वाटत राहील ती वेगळीच!

दुःखी झाल्यामुळे किंवा दुःख सहन केल्यामुळे समस्या सुटतात किंवा आपल्या समोरच्या परिस्थितीतील एखाद्या गोष्टीत बदल होतो असं समजणं हा एक भ्रम आहे हे लक्षात ठेवा. नेहमीच आपण ज्या परिस्थितीत असतो तिला थेटपणे आणि खुलेपणानं स्वीकारल्यामुळे सर्जनशील व तर्कसुसंगत उपाययोजना करून आपण अगदी नेमकेपणानं तिच्यापासून दूर जातो. आपण सदासर्वकाळ आनंदी असलं पाहिजे किंवा आपण भ्रमित झालो अगर थकलो असलो तर त्यावर तत्काळ उपाययोजना शोधलीच पाहिजे, असं आपण स्वतःला सांगतो ती फक्त एक कथा असते. हे ज्या वेळी तुमच्या लक्षात येतं त्या वेळी नेहमीच तुम्हाला असं दिसतं की, संभ्रम किंवा थकणं किंवा दुःख या गोष्टी नेहमीच तितक्याशा वाईट नसतात. परंतु त्यांना केलेल्या विरोधामुळेच आपण अतिशय दुखावले जातो. तुम्ही त्याचं मूल्यमापन किंवा निवाडा न करता किंवा अन्वयार्थ न लावता तुमच्या समोरच्या वर्तमान क्षणाकडे पाहून त्याला फक्त होकार देऊ शकता का?

तसं केल्यामुळे आधीच्या प्रकरणात चर्चा केल्याप्रमाणे आपण त्या समस्येकरिता 'जागा' तयार करतो. वर्तमान क्षणाला आपल्या अहंकाराच्या इच्छांप्रमाणे बदलण्यास भाग पाडण्याऐवजी आपल्यासमोर काय घडत आहे त्याविषयी आपण फक्त जिज्ञासा बाळगू शकतो. स्वीकारार्हतेचं आचरण करणं याचा अर्थ आपण निष्क्रिय असतो किंवा कोणतीही कृती करत नाही असा होत नाही. आपण कृती करतो. परंतु आपल्या चिंताग्रस्त नैराश्याच्या जाणिवेतून आपण ती कृती करत नाही. आपण त्या घटनेला किंवा वस्तुस्थितीला टाळण्यासाठी किंवा विरोध करण्यासाठी किंवा नाकारण्यासाठी कृती करत नाही. ज्या वेळी आपण काहीतरी करण्याच्या गरजेला कायमच चिंतातुरपणे चिकटून राहणं थांबवतो, त्या वेळी प्रत्यक्षात आपण सगळ्या गोष्टींना अधिक स्पष्टपणे पाहू लागतो.

आपल्याला परिस्थितीत बदल घडवणं शक्य आहे का, याचा आपण विचार करतो. जर तसं करणं शक्य असेल तर आपण ते करतो आणि ते शक्य नसेल तर आपण परिस्थितीचा स्वीकार करतो. कोणतीही गोष्ट चुकीची किंवा अनुचित नसते. कोणतीही गोष्ट ही चूक नसते.

मग दैनंदिन जीवनात आपण ठोसपणे या सगळ्याचा सराव कसा करू शकू? समजा, तुमच्याकडे असं करण्याची संधी अगदी आता-या क्षणी आहे. मग असं असेल तर लगेच क्षणभर थांबा आणि त्या क्षणावर

नजर टाका. तो जसा आहे तसा तुम्ही त्याचा स्वीकार करू शकता का ते पाहा. तिथे असलेल्या प्रत्येक गोष्टीची बारकाईनं दखल घ्या. कदाचित, तुमचे खांदे तणावामुळे ताठरले असतील, कदाचित तुम्ही दीर्घ काळापासून असलेल्या वाईट मनःस्थितीतच अजूनही असाल. कदाचित, त्या दिवशी नंतर तुमच्यासमोर कोणती गोष्ट येणार आहे त्याचं अनुमान तुम्ही बांधत असाल. त्या दिवशी नंतर चार वाजता एखादी चांगली गोष्ट घडण्याची शक्यता तुम्हाला वाटत असेल. ती खरोखरच होईल का, याविषयीची चिंता तुम्हाला सतावत असेल. कदाचित, शेजारचा कुत्रा भुंकत असल्याची जाणीव तुम्हाला होत असेल आणि त्याबद्दल तुम्ही एखादा विचार करत असाल.

कथाकथन करत असलेल्या तुमच्या मेंदूला आता फक्त एका क्षणापुरतं या सगळ्यापासून वेगळं करा आणि फक्त वर्तमानातच राहा. नियंत्रण ठेवण्याच्या, सूत्रं हाती घेण्याच्या किंवा अन्वयार्थ लावण्याच्या अगर निवाडा करण्याच्या तुमच्या गरजेला दूर सारण्यासाठी तुम्ही कदाचित 'काहीच हरकत नाही', किंवा 'ठीक आहे.' असं काहीतरी मोठ्यानं म्हणू शकाल. तरीही जर काही घुसखोर विचार समोर आलेच तर 'ठीक आहे', असं पुन्हा एकदा म्हणा. अगदी तुमचा विरोध हाही त्या क्षणाचाच एक भाग असेल. त्याचाही स्वीकार करा. अशी जाणीव करून घ्या की, तो क्षण जसा आहे तसा परिपूर्ण, संपूर्ण आहे. त्याच्यासाठी आणखी कशाची आवश्यकता नाही.

तुम्हाला हवं तेव्हा तुम्ही याचा सराव करू शकता. ज्या वेळी चिंताग्रस्तता नियंत्रणाबाहेर जात आहे किंवा वाईट मनःस्थिती आणखी खालावत चालली आहे, असं तुमच्या लक्षात येईल त्या वेळीही तुम्ही हा स्वाध्याय करून पाहा. प्रत्येक गोष्टीला ती जशी आहे तशीच राहण्याची मुभा देणं हेच तुमचं या क्षणाचं काम आहे याची स्वतःला आठवण करून द्या. ही अगदीच सोपी गोष्ट आहे, बरोबर ना?

- तुम्हाला एखादी गोष्ट माहीत नसेल तर, थेटपणे सांगा, 'मला हे माहीत नाही.' एखादी गोष्ट न समजणं किंवा तिला नियंत्रित न करणं ही गोष्ट ठीक आहे.
- परिपूर्णतेच्या इच्छेची दखल घ्या आणि तिला तशीच सोडून द्या. वर्तमान क्षणाविषयीच्या तीन विलक्षण गोष्टींना त्या जशा

असतील तशा शोधण्याचा प्रयत्न करा. त्यांच्यात कोणताही हस्तक्षेप किंवा सुधारणा करण्याची गरज नाही.

- अनिश्चिततांना दूर करण्यासाठी जबरदस्तीनं निष्कर्ष लादण्याकडे किंवा घाई करण्याकडे कल आहे का, त्याचा सजगपणे विचार करा. 'उद्या काय घडणार आहे ते आपल्यापैकी कोणालाही माहीत नसतं', याची स्वतःला आठवण करून देण्यासाठी थोडे प्रयत्न करावे लागतील.
- चिंताग्रस्तपणे नियंत्रण राखण्याची सवय लहान, लहान पद्धतींनी सोडून देण्याचा सराव करा. इतरांकडे मदत मागा आणि ते काय करत आहेत हे त्यांना माहीत आहे यावर विश्वास ठेवण्याचा प्रयत्न करा. दुसऱ्यांवर कामं सोपवा. इतरांना तुमची काळजी घेऊ द्या. एखाद्याला त्याचं मत विचारा आणि त्यांचं म्हणणं बरोबर असू शकेल यावर प्रामाणिकपणे विश्वास ठेवा.
- संयम बाळगा. तुम्ही घाई करत असल्याचं आणि गडबडीनं काही गोष्टी पार पाडत असल्याचं तुमच्या लक्षात आलं तर थांबा. दीर्घ श्वास घ्या आणि ती परिस्थिती खरोखरच तातडीची आहे का की, ती नियंत्रण ठेवण्याची आणि निश्चितता मिळवण्याची फक्त तुमच्या अहंकाराची इच्छा आहे, असा प्रश्न स्वतःला विचारा. अखेरीस काहीही झालं तरी तुमची कालमर्यादा कुठून आली आहे?
- तुमच्या जीवनात अधिक लवचीकता आणा. तुम्हाला हवी तशी परिस्थिती नसल्यामुळे संतप्त होण्याऐवजी त्या परिस्थितीचं सर्व बाजूंनी निरीक्षण करण्याचा प्रयत्न करा. तिचा शोध घ्या आणि विविध दृष्टिकोनांमधून तिच्याकडे पाहा. तुम्ही आतापर्यंत विचार न केलेला असा एखादा उपयुक्त पर्याय किंवा उपाययोजना आहे का? आपल्याला मार्ग सापडत नसल्यामुळे तुम्ही संतप्त झाला असाल तर अधिक चांगली गोष्ट किंवा उपाययोजना मिळवण्याची संधी तुम्ही कदाचित गमावत असल्याची शक्यता आहे.
- तुम्ही चूक केली असेल तर 'मी चूक केली आहे', असं म्हणा आणि त्यानंतर तिला सोडून द्या. तुम्ही निश्चितपणे त्या चुकीतून शिकू शकता. परंतु स्वतःला माफ करणं याचा अर्थ स्वतःच्या

मनावर कायमच त्या चुकीचं ओझं घेऊन न वावरण्याच्या संधीची निवड करणं असा आहे.

- निदान चूक केल्याबद्दल स्वतःला हसा. ज्या वेळी तुमच्या मनात अभिमान शिगोशीग भरून राहिलेला असेल आणि तुम्ही अहंकारानं भरून गेला असाल त्या वेळी तुम्हाला अपमानाची किंवा शरमिंदेपणाची जाणीव करून घेणं अधिक सोपं जातं. त्या सगळ्या गोष्टी फक्त सोडून द्या. तुम्ही स्वतःला सातत्यानं शरमिंदेपणाची जाणीव करून दिली तर प्रलय थोडाच होणार आहे? खरं म्हणजे तुम्ही खरोखरच याचा विचार करता त्या वेळी ही गोष्ट काहीशी मजेशीर वाटत नाही का?
- दुःखाची जाणीव करून घेतल्यामुळे प्रत्यक्षात कोणतीही समस्या सुटत नाही हे लक्षात ठेवा. यामुळे तुम्ही नक्कीच चांगली व्यक्ती होत नाही आणि तुम्हाला हवी असलेली गोष्ट तुम्हाला मिळत नाही. म्हणून तुम्ही ज्या वेळी इतरांवर दोषारोप करता, स्वतःला मदत करण्यासाठी कृती न करता तक्रार करता आणि स्वतःचा बचाव करता त्या वेळी त्या गोष्टींची नोंद घ्या. इतरांनी येऊन तुमचा बचाव करावा असा प्रयत्न करताना तुम्ही नकळतपणे स्वतःला पीडित व्यक्तीच्या भूमिकेत ठेवत आहात का, ते पाहा. तुम्हाला यामुळे वाईट वाटलं तर त्या भावनेला व्यवस्थित समजून घ्या आणि स्वतःला विचारा, 'याच्यातून प्रत्यक्षात काय मिळणार आहे?' स्वतःला खूश करण्यासाठी तुम्हाला खरोखरच वाईट वाटून घेण्याची इच्छा आहे का?
- चिंताग्रस्ततेवर मात करण्यासाठी आपापल्या संकल्पनेनुसार परमेश्वराला शरण जाण्यातून, त्याच्याशी समर्पित भावनेतून वागण्यातून किंवा जीवनाच्या आध्यात्मिक बाजूचा स्वीकार करण्यातून अनेक लोकांना शांततेचा आणि स्थैर्याचा लाभ होतो. अधिक मोठ्या आणि तुमच्या धारणेहूनही अधिक प्रमाणात, अगदी अमर्यादपणे क्लिष्ट असलेल्या एखाद्या महाअस्तित्वाचा तुम्ही भाग आहात ही गोष्ट अत्यंत दिलासादायक आणि सुखद वाटते. तुमच्यासाठी परमेश्वर ही कशीही दिसणारी किंवा असणारी गोष्ट असो, पण निदान तात्पुरत्या स्वरूपात तरी आपलं नियंत्रण

जिच्या हाती सोपवल्यामुळे तुम्हाला समाधान वाटेल, अशी एखादी अधिक उच्च शक्ती किंवा ताकद आहे का, असा प्रश्न स्वतःला विचारण्यासाठी दिवसातील एखाद्या क्षणाचा वेळ काढा.

- स्वतःचा आणि इतरांचाही निवाडा करणं थांबवा. वास्तवाशी आपल्या गृहीतकांना जोडून, त्याच्यावर नियंत्रण ठेवण्याचा प्रयत्न करण्याची ही अत्यंत सर्वसामान्य पद्धत आहे. कोणत्याही गोष्टींचा निवाडा करणं किंवा काय चांगलं आहे आणि काय चांगलं नाही हे ठरवणं ही तुमची जबाबदारी नाही हे स्वतःला सांगा. ते तुमचं काम नाही. तुम्ही कोणत्याही गोष्टींचा निवाडा करून त्यांचं मूल्य ठरवलं नाही तरी जग आता जसं तुमच्या समोर उलगडत जात आहे तसंच उलगडत जाईल, यावर विश्वास ठेवा. इतरांच्या दोषांमुळे तुम्ही संतप्त आणि उतावीळ झाल्याचं तुमच्या लक्षात आलं तर लगेच स्वतःला आपल्या कमतरतांची जाणीव करून द्या आणि नंतर स्वतःला व इतरांनाही करुणेनं, समरसतेनं आणि समजूतदारपणानं समजून घेण्याची आवश्यकता आहे हे समजून घ्या.
- कृतज्ञता बाळगण्याची आठवण ठेवा. कृतज्ञतेच्या दृष्टिकोनातून तुम्हाला याची आठवण होईल की, तुम्हाला तुमचं जीवन मोफत मिळालं आहे. तुम्हाला आकलनही होऊ शकत नसलेल्या अनेक चमत्कारांनी त्याला सातत्यानं टिकवून ठेवण्यात आलं आहे. तुम्हाला कित्येक गोष्टी अगदी भरभरून देण्यात आल्या आहेत. जीवन जसं आहे तसंच ते अतिशय विलक्षण आहे या गोष्टीकडे लक्ष वळवा. असं केल्यामुळे, सातत्यानं तक्रारी करत, कुरकुरत राहणं, दुसऱ्यांच्या चुका शोधत राहणं किंवा ज्या गोष्टी आपल्याला मिळणं हा आपला हक्कच आहे असं आपल्याला वाटतं त्यांचा शोध घेत राहणं याऐवजी तुमच्या मनात समाधानाची आणि कौतुकाची भावना निर्माण होईल. आपल्याकडे जे असतं ते आता, या वर्तमानकाळातच असतं हे बरोबर आहे, पण सध्याच्या क्षणातही जे आणि जेवढं असतं तेही खूप असतं.
- अखेरीस, वरचेवर जीवनाच्या धकाधकीतून बाहेर पडून काही काळ निवांतपणे जगत राहा. (ब्रेक घ्या.) जीवन कठीण असू शकतं; परंतु म्हणून आपण नेहमीच भीतिग्रस्त होऊन, चिंता

करत जगत राहण्याची आवश्यकता नसते किंवा कोणत्याही प्रकारची जबरदस्तीही करण्याची गरज नसते. चिंतन करण्यासाठी, निवांतपणे थांबण्यासाठी, आतूनच शांत, मोकळे होण्यासाठी आणि समस्या सोडवणुकीच्या सक्रिय वळणावर असण्यापेक्षा ग्रहणक्षम राहण्यासाठी तुम्ही पुरेसा वेळ काढत आहात ना, याची खात्री करून घ्या.

## वर्तमान वेळेसाठी स्थान तयार करा

मी तुम्हाला दोन स्थानांची ओळख करून देऊ इच्छितो. पहिल्या स्थानाला अन्यत्र (एल्सव्हेअर) असं म्हटलं जातं. त्या ठिकाणी सगळीकडे, विशेषतः भूतकाळात आणि भविष्यकाळात शेजार पसरलेले आहेत. या ठिकाणी तुम्ही सातत्यानं विचार करण्यात गुंतलेल्या 'चंचल मना'बरोबर जाता. हे शब्दांनी तयार झालेलं असतं. त्याच्यात आठवणी, स्वप्नं, भीती, कल्पना, विश्वास, विचार, परिस्थिती, अंदाज, कथनं, अन्वयार्थ, निवाडे, वैयक्तिक मिथकं, प्रतीकं, चिंता, आशा इत्यादी अनेक गोष्टी असतात. या पहिल्या स्थानाविषयीची अत्यंत महत्त्वाची गोष्ट म्हणजे ते अस्तित्वात नसतं. ते खरं नसतं. अगदी खरोखरच्या अर्थानं ते मृत किंवा निर्जीव स्थान असतं.

दुसऱ्या स्थानाला इथे आणि आता म्हणजेच वर्तमान (हिअर अँड नाऊ) असं म्हटलं जातं. त्याच्यात फक्त एकच छोटीशी खोली असते. (अर्थातच, ही खोली भ्रामकपणे अतिशय प्रशस्त असते.) ती शाश्वतपणे वर्तमान क्षणांवर आधारित असते. तुमच्या शरीराचा आणि शरीरातील पंचेंद्रियांचा वापर करून आणि सगळ्यांत महत्त्वाचं म्हणजे तुमच्या शांततेच्या जाणिवेचा वापर करून, जे काही उपलब्ध असेल त्याच्यावर जाणीवपूर्वक लक्ष एकवटून तुम्ही तिथे पोहोचू शकता. हे स्थान सतत बदलत, वाहत, उलगडत राहतं आणि त्याची सातत्यानं नव्यानं जडणघडण होत राहते, ही या दुसऱ्या स्थानाविषयीची अत्यंत महत्त्वाची गोष्ट आहे. ते नेहमीच नवंकोरं असतं आणि तरीही ते काळाप्रमाणेच जुनंही असतं. ते नेहमीच इथे असतं. आनंद, अर्थपूर्णता, हेतू आणि संबंध जोडणं या सगळ्या गोष्टी या दुसऱ्या स्थानात घडतात. अतिशय खऱ्या अर्थानं हे स्थान जिवंत असतं. हे जीवन असतं.

ज्या वेळी तुम्ही अन्यत्र राहता, त्या वेळी तुमच्या अस्तित्वात चिंता, विरोध आणि घर्षण या गोष्टी असतात. मेंदू हा शक्तिशाली अवयव आहे. त्याला हवे ते चमत्कार तो घडवू शकतो. तो नेहमीच क्लिष्ट दृश्यं तयार करतो. आपण त्यांच्यात अडकतो आणि आपलं लक्ष विचलित होतं. तो आत्मसंकल्पना निर्माण करतो. आपल्याला काय कर्‌ण्याची मुभा आहे आणि काय करण्याची परवानगी नाही, याविषयीच्या कथा तो आपल्याला सांगतो. तो घटनांना अर्थ बहाल करतो. तो काही गोष्टींभोवती कथांची गुंफण करून भविष्यात आपण त्यांच्यापासून घाबरलं पाहिजे असं आपल्याला सांगतो. तो आपल्याला आधी घडलेल्या गोष्टींविषयीच्या कथा सांगतो आणि आपण विसरू नये म्हणून त्या सतत सांगत राहतो.

ज्या वेळी लोक चिंताग्रस्त होतात, त्या वेळी ते आपल्याला जीवन सतावत आहे असा चुकीचा विचार करतात. त्यांना असं वाटतं की, जीवनातील परिस्थिती या आव्हानात्मक आणि बिकट आहेत. त्या वेळी ते या परिस्थितींना विरोध करू लागतात. परंतु यातलं सत्य असं आहे की, जीवनाच्या संदर्भात त्यांना कोणतीही समस्या नसते, कारण अगदी मोकळेपणानं सांगायचं झालं तर मुळातच ते तिथे नसतातच. (ते अन्यत्र असतात.) जीवनाशी जोडले गेल्यामुळे त्यांच्यासमोर अडचण आलेली नसते, तर त्यांचं मन त्यांच्यासाठी जी चित्रं आणि शब्द तयार करतं त्यांच्यामुळे ती आलेली असते. याचा अर्थ, ते दुसऱ्या स्थानी म्हणजेच अन्यत्र राहण्यासाठी संघर्ष करत असतात. आपण स्वतःच तयार केलेल्या समस्यांशी ते द्वंद्व करतात आणि प्रत्यक्ष जीवन हीच खरी समस्या आहे असं समजतात. परंतु जीवन तर तिथेच आरामशीरपणे बसलेलं असतं आणि वर्तमान क्षणातील आपलं काम करत असतं. पण त्याच्याकडे पूर्णपणे दुर्लक्ष करण्यात आलेलं असतं.

ज्या वेळी तुम्ही चिंतेशी लढा देता, त्या वेळी तुम्ही अन्यत्र जगत असलेल्या राक्षसांशी द्वंद्व करता. ज्या वेळी तुम्ही स्थिर असता आणि इथे व आताच्या म्हणजेच वर्तमान क्षणात जगत असता त्या वेळी खरोखरच्या जीवनाला तुम्ही हाताळता.

एका साध्या उदाहरणामधून हे स्पष्ट होईल : माझ्या एका मित्राला एक खूपच मजेशीर सवय होती. असं समजू या की, आम्ही एके दिवशी सकाळी छानशा उन्हात फिरत, फिरत जंगलात गेलो आणि तिथे अतिशय आनंदानं

बराच वेळ फिरत राहिलो. आम्हाला ते फिरणं आणि जंगलसुद्धा खूपच सुंदर वाटलं. अशा वेळी अर्थातच त्याने म्हटलं असतं, 'अरे वा, ही किती छान जागा आहे. आपण इथे वरचेवर फिरायला आलं पाहिजे, हो ना?' किंवा 'आपण इथे सरळसरळ हायकिंगला येऊन एखादा दिवस मुक्काम केला पाहिजे. पण कधी बरं यावं? एखाद्या दिवशी डोंगरांमध्ये बराच वेळ आपण कँपिंग करू या आणि आणखीही काहीतरी छान गोष्टी करू या. लवकरच थंडी पडेल, त्या वेळी आपल्याला ऊन मिळणार नाही. म्हणून आपण शक्य तितक्या लवकर हे ठरवलं पाहिजे....'

मी या सवयीला मजेशीर सवय म्हणतो कारण; माझा मित्र बोलत असताना एक वस्तुस्थिती विसरतो. ती म्हणजे त्या वेळी आधीच आम्ही आमचा वेळ मजेत घालवत असतो. असे लोक काय करणं शक्य आहे आणि काय केलं पाहिजे, भविष्यात काय घडू शकेल याचा विचार करण्यात इतके गुंतून जातात की, तो वर्तमान क्षण, तो सुंदर, परिपूर्ण वर्तमान क्षण त्यांच्या हातून निसटून जातो आणि त्यांना त्याचं भानही नसतं.

मन किती शक्तिशाली असतं ते याच्यातून तुम्हाला दिसून येतं. ते तुम्हाला वर्तमान क्षणापासून स्पष्टपणे पुरेशा दूरवर नेतं. तुमचा मेंदू ज्या क्षणाचा विचार करत असतो, तो क्षण प्रत्यक्षात तिथेच त्याच्यासमोर असला तरीही तो त्याच क्षणाला नंतर कधीतरी तयार करण्यासाठी तुम्हाला मदत करत असतो. मी तुम्हाला पैजेवर सांगेन की, माझ्या मित्रानं स्वतःसाठी अशी जाणीव निर्माण केली असती की, जीवन पुढे चाललं आहे किंवा वेळ हातातून निसटून चालला आहे. परंतु तसं कधीही होत नाही. असे लोक मात्र अन्यत्र जगत असतात.

माझ्या मित्राच्या बाबतीत बोलायचं झालं तर त्याची ही सवय तुलनेत निरुपद्रवी आहे. परंतु नेहमीच ती तशी नसते. आपल्यापैकी किती जण कायमस्वरूपी 'अन्यत्र' क्षेत्रात जगत असतात? आपण असं म्हणतो की, 'मी हे करू शकत नाही. मी अशा प्रकारची व्यक्ती नाही.' आपण असं म्हणतो कारण आता, वर्तमानात आपण कशा प्रकारची व्यक्ती आहोत या वस्तुस्थितीचा सामना करण्याऐवजी पूर्वी आपण कशा प्रकारची व्यक्ती होतो या स्मृतीशी आपण स्वतःला अगदी घट्ट बांधून ठेवलेलं असतं. आपण ज्या नोकरीचा आपल्याला तिटकारा वाटतो, तिचीच गुलामगिरी करणारी व्यक्ती होतो. वर्तमानातील आपले सगळे क्षण आपण नष्ट करून टाकतो,

कारण भविष्य या नावानं ओळखल्या जाणाऱ्या काही मिथकासारख्या, अस्तित्वहीन स्थानांचा विचार करणं आपण थांबवू शकत नाही. कदाचित, भविष्यात आपल्याकडे चांगल्या प्रकारे निवृत्त होण्याचा पर्याय असेल असा विचार आपण करत राहतो.

भूतकालीन स्मृतींनी किंवा भविष्याच्या काळजींनी स्वतःचाच छळ करण्यासाठी माणसं आपल्या वर्तमान मार्गापासून अशी खूप दूर जातात, ही गोष्ट हास्यास्पद नाही का? रोज संध्याकाळी आपल्याला अस्वस्थ करणारा एखादा भयानक, अंगावर शहारे आणणारा चित्रपट पाहण्यास पुनःपुन्हा जाणीवपूर्वक बसणारी व्यक्ती विचित्र आहे असं तुम्हाला वाटू शकेल. तरीही ज्या वेळी आपण निष्क्रियपणे भविष्याविषयीच्या विदारक कल्पना करतो त्या वेळी आपणही तेच करत नसतो का? तुमच्या दिवाणखान्यात, तुमच्या आरामदायक सोफ्यावर बसून तुम्ही असा चित्रपट पाहताना रोज भीतीनं गर्भगळित होता. पडद्यावर दिसणारी चालती-बोलती चित्रं आणि त्यांचे शब्द खरे नाहीत हे लोकांना माहीत असतं. तरीही त्या चित्रांना आणि शब्दांना खरे समजून आपण त्यांना आपल्या डोक्यात भरून ठेवत नाही का?

आता याच कल्पनेचा वेगळ्या दृष्टिकोनातून विचार करू या. एखाद्या आकर्षक पंचतारांकित रेस्टॉरंटमधील खरोखरच्या चवदार भोजनाचं चित्र नजरेसमोर आणा. तुम्ही तिथे बसून त्याचा स्वाद न घेता खात राहता आणि मनात सहा वर्षांचे असताना तुम्ही जेवलेल्या एखाद्या अतिशय बेचव जेवणाची आठवण काढत राहता. तोंडात तिथलं स्वादिष्ट जेवण असताना आणि तुम्ही भरपेट खात असताना तुम्ही असा विचार करता की, 'माझ्या बाबतीत काहीही चांगलं घडत नाही', किंवा 'त्या वेटरचं काय बिनसलंय, असा काय बघतोय?' किंवा 'इतक्या स्वादिष्ट भोजनावर इतका भरमसाट पैसा खर्च करणारे लोक किती मूर्ख असतील!'

किंवा ..... तुम्ही जेवणाचा छान आस्वाद घेता. प्रत्येक घास चवीनं जेवता. त्या वेळी तुम्ही 'इथे आणि आता'च्या क्षणात म्हणजेच वर्तमानात असता. कारण त्याच वर्तमानात ते भोजन असतं. ते भोजन असण्याचं वर्तमान हेच स्थान असतं.

बाकी 'अन्यत्र' काय असतं? ते काळजीचं आणि नकारात्मक चिंतन करण्याचं, नकार देण्याचं व अंतहीनपणे विचारांचं चर्वितचर्वण करण्याचं स्थान असतं. ते समस्यांचं क्षेत्र असतं.

अगदी आताच्या आता हा प्रयत्न करून पाहा. याच क्षणी – होय, हाच क्षण योग्य क्षण आहे. स्वतःला प्रामाणिकपणे विचारा की, तुमच्या जीवनात एखादी चुकीची किंवा वाईट गोष्ट आहे का? खरोखरच तुमच्या जीवनात कोणती कमतरता आहे? तुम्हाला आपल्यासमोर अडचणींचा आणि समस्यांचा डोंगर उभा असल्यासारखं वाटू शकेल. पण मग स्वतःला अतिशय प्रामाणिकपणे असं विचारा की, त्यांच्यापैकी किती समस्या हे प्रत्यक्ष जीवन नसून फक्त जीवनाविषयीचे विचार आहेत? तुम्ही त्यांना बाजूला काढून फक्त वर्तमानावर नजर टाकता त्या वेळी तो छान असतो. हो की नाही? तुमचा मेंदू काही गोष्टींच्या कल्पना करतो आणि त्या गोष्टी खऱ्या असल्यासारख्या व वर्तमानात असल्यासारख्या वाटू लागतात. पण त्या खरोखरच तशा असतात का? मग अगदी आता खरोखरच तिथे काय असतं? तुम्ही आणि तो क्षण इतकंच!

आता आपण अगदी इथे आणि आता म्हणजेच वर्तमानात निश्चिंत व निवांत होऊ या. आपण वर्तमानात जगतो आणि 'अन्यत्र' जगत नाही, त्या वेळी जीवन कसं दिसतं ते पाहू या.

## *वेदना विरुद्ध दुःख*

समजा, तुम्हाला आता असं वाटत आहे की, तुम्हाला फ्लू झाला आहे आणि तुम्हाला अगदी असह्य त्रास होत आहे. ठीक आहे. तुमचं डोकं फुटेल की काय, असं वाटावं इतकं दुखत आहे. तुम्ही अस्वस्थ आहात आणि तुमच्या घशात कमालीची जळजळ होत आहे. ही वेदना आहे.

आता तुम्ही उदास आणि संतप्त झालात आणि आपण आजारी आहोत या वस्तुस्थितीविषयी नाराजी व्यक्त करू लागलात, तुम्ही नकारात्मक विचार करण्यास सुरुवात केली, वर्तमानाला विरोध करू लागलात किंवा वास्तवाशी वाद घालू लागलात किंवा तुम्ही आजारी पडू नये म्हणून काय करायला हवं होतं, या विचारानं बेजार होऊ लागलात तर हे दुःख आहे.

वेदना नैसर्गिक असतात आणि त्या जीवनाचा अविभाज्य भाग असतात. त्या वर्तमानात निर्माण होतात. त्या क्षणभंगुर असतात. दुःख टाळणं शक्य असतं. ते आपण स्वतःच निर्माण केलेलं असतं. वर्तमान क्षण वगळता ते इतरत्र कुठेतरी घडतं. वेदना निघून गेली आणि नाहीशी झाली तरी दुःख तसंच राहू शकतं.

आपण त्या क्षणाचा स्वीकार न केल्याचं, सत्याला चिकटून राहिल्याचं किंवा त्याच्यापासून सुटका करून घेतल्याचं दुःखातून दिसून येतं. दुःख ही वेदनेविषयीची कथा असते.

तुम्हाला फ्लू झाला असेल तर तुम्हाला वेदना होतात. तुम्ही जर असं म्हणालात की, 'मी मूर्ख आहे. मी पावसात भिजलो आणि कीडा पकडला त्यामुळे त्याची शिक्षा म्हणून मला फ्लू व्हायलाच हवा होता', तर तुम्हाला आधीपासूनच वेदना होत असतातच; पण आता त्यात तुमच्या या दुःखाचीही भर पडते. तुमचा गरीब बिच्चारा मेंदू तुम्हाला हे सगळं स्पष्टीकरण देऊन, तुमचा निवाडा करून आणि तुमच्यावर नियंत्रण ठेवून तुम्हाला मदत करण्याचाच प्रयत्न करत असतो. त्याला भविष्याविषयी अनुमान बांधण्याची इच्छा असते आणि स्वत्वाच्या स्थिर जाणिवेतून शिकण्याची व कार्य करण्याचीही इच्छा असते. त्याला सगळी सूत्रं आपल्या हाती ठेवायची असतात. परंतु काही वेळा त्यामुळे तो स्वतःच दुःखाची निर्मिती करतो, असा याचा अर्थ आहे.

तुम्ही वर्तमानाला टाळत असाल, त्याच्याकडे वरवर पाहत असाल किंवा त्याच्याशी संघर्ष करत असाल अगर काल काय घडलं होतं किंवा उद्या काय घडेल याचं दिवास्वप्न पाहत असाल तर तुम्ही सध्याच्या समृद्ध वर्तमान क्षणाचं सौंदर्य पूर्णपणे गमावून बसाल. अगदी तुमच्यासमोर असलेली सगळी परिपूर्णता आणि समाधान तुम्ही गमावून बसाल, कारण तुमच्या जीवनात अधिक समाधान कसं येईल, ही समस्या तुम्ही चिंताग्रस्तपणे सोडवत बसलेले असाल. तुम्ही एखादं प्रतीक्षागृह किंवा आराम करण्याची जागा म्हणून सध्याच्या क्षणाचा उपयोग करणारी व्यक्ती असाल. अंतिमतः नंतरच्या काळात तुमच्याकडे एखादी अधिक चांगली गोष्ट म्हणजेच भवितव्य येईल म्हणून तुम्ही त्या क्षणात फक्त प्रतीक्षा करत, रेंगाळत राहिलेली व्यक्ती असाल. तुम्ही असं म्हणता की, 'अमुक एक गोष्ट घडली तर मला आनंद होईल'. वर्तमान हा नेहमीच अपुरा असतो आणि तो म्हणजे अधिक चांगल्या गोष्टीकडे किंवा 'अन्यत्र' जाण्याची एक पायरी असते. तुम्ही कधीच परिपूर्ण किंवा पुरेशा प्रमाणात चांगले नसता. सध्याचा किंवा वर्तमान क्षणही कधीच परिपूर्ण किंवा पुरेशा प्रमाणात चांगला नसतो. शिवाय, जीवनाचं संपूर्णत्व प्राप्त होणं याचा अर्थ त्याचा अंत होणं असाच असतो. भविष्याच्या किंवा भूतकाळाच्या बाजूला आपलं सगळं आयुष्य

झोकून देणं ही गोष्ट किती मूर्खपणाची असते ते तुमच्या लक्षात येत आहे का? कारण, भूतकाळ किंवा भविष्यकाळ हा फक्त एक विचार असतो. तुमच्या मेंदूत झालेली ती फक्त एक छोटीशी फडफड असते.

'निवृत्त झाल्यावर मी मनासारखा जगेन.'

'मी पुढे शिकायला हवं होतं. त्या वेळी माझं जीवन अतिशय वेगळं होतं.'

'आपण घर बदललं की, मी लगेच हे करेन.'

अशी काही वाक्यं तुम्ही नेहमीच ऐकत असाल.

तुमचं जीवन ही कुठल्याही गोष्टीची रंगीत तालीम नव्हे. ते खरोखरचं घडत असतं. शरीर हा तुमचे पाय वर्तमानात घट्ट रोवून ठेवणारा आधार असतो.

### *वर्तमानाचा आधार : तुमचं शरीर*

एखादी व्यक्ती वर्तमानात कशी राहते? एक गोष्ट लक्षात ठेवा. अन्यत्र या स्थानापर्यंत मनामार्फत पोहोचता येतं. आपल्या विचारांचा आणि कल्पनांचा वापर करून आपण भूतकाळात किंवा भविष्यकाळात विहार करतो किंवा सैद्धांतिक आणि काल्पनिक वर्तमानातही फेरफटका मारतो.

मात्र, वर्तमानात म्हणजेच या क्षणात तुम्ही फक्त एकाच पद्धतीनं पोहोचू शकता. तुमच्या शरीराच्या माध्यमातून तुम्ही तिथे पोहोचता.

तुमचं शरीर हे नेहमीच आणि कायमच वर्तमान क्षणात असतं हे जाणून घेणं ही आपल्याला मिळालेली एक विलक्षण अंतर्दृष्टी असते. म्हणून तुम्ही जर शरीरात अनुकूलपणे राहिलात, त्याच्याशी जुळवून घेतलं तर त्याच्या साहाय्यानं तुम्ही वर्तमानात राहू शकता. तुम्हाला वास्तवात आणि तुमच्या सभोवतालच्या वातावरणात पाय रोवून उभं करू शकणारे आधारस्तंभ म्हणून तुम्ही आपल्या पंचेंद्रियांचा विचार करू शकता. सध्याच्या शाश्वत क्षणात किती समृद्धी आणि खोली आहे याची जाणीव तुम्हाला पंचेंद्रियांच्या साहाय्यानं करून घेता येईल. मनाच्या अमूर्त आणि अ-वास्तव जगात निसटून जाण्याची काहीच गरज भासू नये, इतकं त्या क्षणात पाहण्यासारखं, गंध घेण्यासारखं, ऐकण्यासारखं आणि स्पर्श करण्यासारखं खूप काही असतं.

मानसिक कृती कधीही जितकी वास्तव व जिवंत असू शकणार नाही, तितका हा आयाम वास्तव व जिवंत असतो. ज्या वेळी आपण इथे, वर्तमानात असतो त्या वेळी आपण जगत असतो. ज्या वेळी आपण विचारांत गुंग होतो, तिथेच राहतो त्या वेळी आपण जगण्याचा आणि जगण्याविषयीच्या प्रतिमांचा व कल्पनांचा विचार करतो, त्यांच्याशी खेळत राहतो. ही गोष्ट प्रत्यक्ष केक खाण्याऐवजी 'केक' हा शब्द खाण्याचा प्रयत्न करण्यासारखी असते. ती प्रत्यक्ष स्वाद घेण्याऐवजी त्या चवदार केकचा शाब्दिक स्वाद आपल्या जिभेवर रेंगाळत असल्याची कल्पना करण्यासारखी असते. तुम्ही वर्तमानात कसे राहता? त्याकरिता फक्त तुमच्या चिंताग्रस्त मनाला तुमच्या मार्गातून दूर व्हायला सांगा आणि तुमच्या शरीराला जी गोष्ट कशी करायची हे आधीच माहीत आहे ती करण्याची त्याला मुभा द्या.

कोणत्याही गोष्टीला लेबल न लावता तुम्ही तिच्याकडे पाहू आणि तिचं निरीक्षण करू शकता का?

## *तुमच्या शरीराला सक्रिय करा, मनाला स्थिरचित्त करा*

जबरदस्त मानसिक आघातावर (ट्रॉमावर) उपचार करणारे अनेक प्रख्यात मानसशास्त्रज्ञ आणि डॉक्टर तसंच विचारवंत यांचा आता असा विश्वास आहे की, ट्रॉमा म्हणजे दुसरंतिसरं काहीही नसून ती शरीरात अडकून पडलेली चिंताग्रस्तता असते. ज्या वेळी आपण घाबरतो, संकटाशी सामना करतो किंवा आपल्याला दहशत बसते त्या वेळी कृती किंवा कारवाई करणं हा नैसर्गिक व निरोगी प्रतिसाद असतो. म्हणजेच संकटाला तोंड देणं, त्याच्याशी लढा देणं, पळून जाणं किंवा त्याचा परिणाम कमी करण्यासाठी योजना आखणं असा हा प्रतिसाद असतो. आपल्या शरीराला चालण्या-फिरण्यापासून किंवा काहीही करण्यापासून रोखलं गेलं तर चिंताग्रस्तता शरीरातच राहते. त्यानंतर आपल्याला लाभदायक ठरणाऱ्या कुठल्याही कृतीला ताकद देणं शरीराला शक्य होत नाही. अशा वेळी चिंताग्रस्ततेची ऊर्जा बाहेर न पडल्यामुळे ती आतील बाजूला वळते आणि मग ती तिथे धुमाकूळ घालते. आपल्याला सळो की पळो करून सोडते. आपण भूतकाळाला चिकटून राहतो.

आपण आपल्या जुन्या स्मृतींना सातत्यानं चाळवत त्यांच्यात गुरफटून जातो. त्यामुळे आपण कधीही आपल्या मनावरचा ताण पूर्णपणे काढून

टाकून पुढे जाऊ शकत नाही. शारीरिकदृष्ट्या सक्रिय होऊन तुमच्यातून अगदी शब्दशः तणाव आणि ट्रॉमा बाहेर काढणं हाच ट्रॉमा आणि तणाव यांना शरीरातून पूर्णपणे काढून टाकण्याचा उत्तम मार्ग आहे. फक्त बसून राहून चिंताग्रस्ततेविषयीच्या अमूर्त कल्पना आणि विचार यांच्याविषयी बोलू नका. अखेरीस यामुळे मनात फक्त अधिक विचार येत-जात राहतील. त्यांच्यातून अधिक चिंताग्रस्तता, अधिक नकारात्मक चिंतन यांची निर्मिती होईल. त्याऐवजी तुमच्या शरीराचा जाणीवपूर्वक विचार करा आणि हालचाल करा. चिंतेच्या व्यवस्थापनात शरीराला सहभागी करून घेण्याच्या दोन पद्धती आहेत :

अल्पकालीन दृष्टिकोन ही पहिली पद्धत आहे : तुम्ही तणावग्रस्त झाला असाल, तुम्हाला धक्का बसला असेल, तुम्ही भयभीत झाला असाल किंवा काळजीत असाल तर या वस्तुस्थितीविषयी जागरूक व्हा आणि तणाव काढून टाकण्यासाठी जाणीवपूर्वक हालचाल करण्याचा प्रयत्न करा. बाहेर पडा आणि जलद गतीनं दीर्घ अंतर धावण्याचा व्यायाम करा. तुमचं आवडतं नृत्यसंगीत लावा आणि त्यावर अतिशय जलद, जोशपूर्ण नृत्य करा. गुडघे टेकून बसा आणि हाताने घासणी किंवा ब्रश घासून न्हाणीघर स्वच्छ करा. जमतील तशी काही योगासनं करा. तुमच्या मानेच्या आणि नितंबाच्या स्नायूंची हालचाल करून त्यांच्यात तुम्ही पकडून ठेवलेला किंवा अडकून राहिलेला तणाव काढून टाका. तुम्हाला आवडत असेल तर दरवाजा बंद करून उशीवर जोरजोरात ठोसे मारा. नजरेसमोर कल्पनाचित्र आणण्याशीही तुम्ही या गोष्टी संलग्न करू शकाल. म्हणजेच हे व्यायाम किंवा नृत्य करताना आपल्या शरीरावरचा तणाव निघून जात आहे, आपल्याला हलकंफुलकं वाटत आहे असं कल्पनाचित्र तुम्ही नजरेसमोर आणू शकाल. तुम्ही जसजशी हालचाल करता, तसतशी तुमची काळजी निघून जात आहे, अशी कल्पना तुम्ही करू शकाल.

चिंताग्रस्तता आणि मानसिक तणाव या दडपल्या गेलेल्या ऊर्जा आहेत आणि त्यांना कृतीकडे वळवलं तर त्या मूल्यवान आणि उपयुक्त ठरतील असा विचार करा. काही वेळा अशा प्रकारे हालचाल केल्यानंतर तुम्हाला अंतर्गतरीत्या काही गोष्टींमध्ये स्थानांतर व बदल होत असल्याचं जाणवेल. अचानकच तुम्हाला अंतर्दृष्टी मिळेल. तुम्हाला प्रेरणा मिळाल्याची जाणीव होईल किंवा समस्या सोडवण्याच्या मार्गाची कल्पना सापडल्यासारखं वाटेल.

दीर्घकालीन दृष्टिकोन हा दुसरा दृष्टिकोन आहे : जर चिंता आणि अतिविचार ही तुमची गंभीर व जुनाट समस्या असेल तर तुम्ही मानेखालच्या तुमच्या शरीराकडे नियमितपणे लक्ष दिलं पाहिजे. म्हणजेच फक्त डोक्यातील विचारांचा विचार करत राहण्याऐवजी शरीराच्या इतर भागांचा नियमित विचार करून त्यांची जाणीवपूर्वक हालचाल करणं महत्त्वाचं असेल. काळजीत बुडून गेलेल्या आणि अतिविचार करणाऱ्या लोकांचा कल फक्त विचारांतच हरवून जाण्याकडे असतो. शरीराशी पुन्हा जोडलं जाणं हा यावरचा उतारा आहे. तुमचं शरीर बुद्धिमान असतं. तुमच्या जागरूक, सजग, व्यवहारी मनाच्या मध्यस्थीशिवायही ते स्वतःचा समतोल साधू शकतं.

तुमच्या मनात तीव्र काळजी निर्माण झाली असेल तर तुम्ही डोकं वगळता इतर शरीराचाही नियमितपणे विचार करत आहात याची शक्य तितक्या पद्धतींनी खात्री करून घ्या. जीवनाविषयी विचार करत बसण्याऐवजी हे करा. मासिक मालिश करून घ्या. (यामुळे तुम्हाला सगळ्यांत महत्त्वाची असलेली समर्पणाची जाणीव रुजवण्यास मदत होईल.) नृत्याचा नियमित सराव करा. ताय चि किंवा योग करा किंवा मार्शल आर्ट्स, खेळ अगर साध्या एअरोबिक्सच्या सरावानं स्वतःला ताजंतवानं करा. तुम्ही लहान असताना झाडावर चढत होतात, तसे झाडावर चढा. जर यामुळे तुमच्या शरीराची पुरेशी हालचाल होत असेल आणि तुमच्या चेहऱ्यावर स्मित येत असेल तर त्याचा तुमच्या वेळापत्रकात समावेश करा. यामुळे उर्वरित शरीर आणि डोकं यांच्यातील संबंध मजबूत होईल.

### *संवेदनात्मक ध्यान*

तुमचं अस्तित्व हा एक रेडिओ आहे अशी कल्पना करा. त्याला एका वेळी फक्त एका रेडिओ केंद्राशी जोडणं शक्य आहे. एक तर विचार करणाऱ्या आणि नकारात्मक चिंतन करणाऱ्या मनाशी आणि मेंदूशी तुम्ही त्याला जोडू शकता किंवा वर्तमानाविषयी जागरूक असलेल्या आणि पंचेंद्रियांच्या माध्यमातून आलेल्या जीवनप्रवाहाविषयी जागरूक असलेल्या मेंदूशी तुम्ही त्याला जोडू शकता. ज्या वेळी तुम्ही संवेदनात्मक ध्यान करता, त्या वेळी तुम्ही अतिविचार करत असलेल्या मनाला शांत करता आणि तुमच्या समोर सातत्यानं उलगडत असलेल्या प्रसन्न, रोचक वर्तमानात जगत असलेल्या तुमच्या भागाला बळकटी प्राप्त करून देऊ शकता. ते कसं करता येतं ते आता पाहू या :

दिवसातून एकदा (किंवा तुम्हाला शक्य होईल तितक्या वेळा) फक्त पंचेंद्रियांकडून प्राप्त होत असलेल्या अनुभवात स्वतःला पूर्णपणे शब्दशः बुडवून टाकण्याचं काम स्वतःवर सोपवा. तो अनुभव काय असेल ते महत्त्वाचं नाही. कदाचित, पिकलेला रसाळ आंबा खाताना पूर्ण पाच मिनिटं अनेक सूक्ष्म स्वादांमध्ये आणि स्पर्शांमध्ये तुम्ही बुडून जाल. कदाचित, तुम्ही डोळे मिटून घ्याल आणि ऐकत असलेल्या सुंदर संगीताच्या हृदयस्पर्शी स्वरावर तुमच्या जागरूकतेच्या प्रत्येक अणू-रेणूला केंद्रित कराल. तुम्ही शांतपणे बसाल आणि फक्त आरामशीरपणे श्वसन कराल. श्वास तुमच्या फुप्फुसात शिरत असल्याची आणि फुप्फुसातून उच्छ्वास बाहेर पडत असल्याची जाणीव करून घ्याल.

तुम्हाला आनंद देणारी आणि रोचक वाटणारी एखादी गोष्ट शोधा. शांतपणे बसा आणि वर्तमान क्षणात पंचेंद्रियांच्या साहाय्यानं तिचा संपूर्ण अनुभव घ्या. तुम्हाला याकरिता जितका वेळ लागेल तितका घ्या. तुम्ही काय करत आहात त्याची खरोखरची जाणीव करून घ्या. तुम्ही रोज करत असलेली एखादी सर्वसामान्य गोष्ट त्या वेळी पहिल्यांदाच करत आहात, अशी कल्पना करा किंवा अशी कल्पना करा की, तुम्ही नवजात अर्भक आहात आणि तुमच्या पंचेंद्रियांचा तुम्ही त्याआधी कधीही वापर केलेला नाही.

वर्तमान किंवा सध्याचा क्षण हा किती शाश्वत, अंतहीन, अनंत आणि अमर्याद आहे ते कालौघात, सरावानं तुम्हाला पटेल. फक्त त्या वर्तमान क्षणात राहणं आणि त्याच्या सगळ्या विविधरंगी रूपरेषांची जाणीव करून घेणं ही गोष्ट किती गहन आणि रोमांचक आहे, याची तुम्हाला जाणीव होईल.

ज्या वेळी आपण घाईत असतो, धावपळ करत राहतो, चिंताग्रस्त असतो आणि आपल्या विचारांनी व मनानं स्वतःला ओळखतो, त्या वेळी वर्तमान क्षण हा क्षुद्र, किरकोळ आणि रुचिहीन वाटू लागतो. याप्रमाणे संवेदनात्मक जागरूकतेचा सराव केल्यामुळे आपल्याला आपल्या सभोवतालच्या अविश्वसनीय संपदेची आठवण होते. मात्र, त्याकरिता आपल्याला फक्त खरोखरच त्या संवेदना जाणवून घेण्याइतपत दीर्घ काळ जाणीवपूर्वक वर्तमान क्षणात थांबावं लागतं. यामुळे तुमच्या मनात आपोआपच स्वयंचलितपणे शांतता आणि निश्चिंतता निर्माण होईल आणि तणावग्रस्त व व्यग्र मन शांत होईल.

## महत्त्वाचे मुद्दे

- जीवनाविषयीच्या अंतर्गत मानसिक बडबडीला आणि कथनाला अधिक महत्त्व दिल्यामुळे घबराट, काळजी, नकारात्मक चिंतन, चिंताग्रस्तता आणि अतिविचार या गोष्टी निर्माण होतात. या मानसिक बडबडी व कथनं ही नेहमीच आकलनात्मक विकृती, पूर्वग्रह, आभासात्मक अपेक्षा, भीती आणि निव्वळ अव्यवहार्यता यांनी भरलेली असतात. आपला मेंदू भूतकालीन किंवा भविष्यकालीन गोष्टींचा विचार करून तणावपूर्ण मानसिक गोष्टींना निर्माण करू शकतो. परंतु शांतता व प्रसन्नता या गोष्टी फक्त एकाच ठिकाणी मिळू शकतात. वर्तमान क्षण हे ते स्थान असतं.
- आपल्याकडे फक्त वर्तमान क्षण असतो. वर्तमानात समर्पण करा, त्याला स्वीकारा आणि त्यात शांत जागरूकतेनं राहा. मात्र, याचा अर्थ आपल्याला कृती करणं शक्य असलं तरी आपण निष्क्रिय राहिलं पाहिजे किंवा शरणागती पत्करून गप्प बसलं पाहिजे असा नाही. जर आपल्याला कृती करणं शक्य असेल तर ती जरूर केली पाहिजे. पण जर ती करणं शक्य नसेल तर समोर असलेल्या परिस्थितीचा स्वीकार केला पाहिजे. त्याबद्दल चिंता करण्याची किंवा नकारात्मक चिंतन करत राहण्याची काहीच गरज नसते. आपण धावपळ करून प्रत्येक गोष्टीवर नियंत्रण मिळवलं पाहिजे असं आपला मेंदू आपल्याला सांगत असला, तरी चिंताग्रस्तता आणि अतिविचार या गोष्टींमुळे प्रत्यक्षात समस्यांची सोडवणूक होत नाही किंवा आपल्याला कोणत्याही प्रकारे त्यांची मदत होत नाही हे लक्षात ठेवा.
- वर्तमान क्षणात, त्याच्याशी सुसंगती साधून निवांतपणे राहणं याचा अर्थ त्या क्षणाला विरोध करण्याऐवजी किंवा त्याच्याविषयी प्रतिक्रिया व्यक्त करण्याऐवजी, संयम, सहनशीलता, विनम्रपणा, विनोदबुद्धी, अनिश्चिततेविषयीची सहिष्णुता आणि लवचीकता यांचं पालन करून त्याला प्रतिसाद देणं असा आहे.

- वेदना किंवा यातना या अटळ, अपरिहार्य आहेत आणि क्षणभंगुरही आहेत. परंतु दुःख ही आपण त्या वेदनांविषयी किंवा यातनांविषयी व्यक्त केलेली प्रतिक्रिया असते. त्यामुळे आपण दुःखाला टाळू शकतो. वेदनेला किंवा यातनेला विरोध करून, तिच्याविषयीच्या कथा सांगून किंवा तिला पुनःपुन्हा भूतकाळात मागे खेचून नेऊन तिथेच तिला चिकटून राहून आपण दुःखाची निर्मिती करतो. शांत आणि सक्रिय लोक दुःखाचा स्वीकार करतात आणि त्याला तसंच पुढे जाऊ देतात. ते स्वतःला अनावश्यक दुःखात अडकवून ठेवत नाहीत.
- तुमचं भौतिक शरीर, तुमची पंचेंद्रियं आणि तुमची जागरूक जाणीव तुम्हाला ठामपणे वर्तमान क्षणात ठेवतात. तुम्ही शरीराच्या माध्यमातून स्वतःला वर्तमान क्षणात ठेवता त्या वेळी तुम्ही अन्यत्र राहण्याऐवजी आता आणि इथेच, म्हणजे वर्तमान क्षणातच राहू शकता. पुन्हा एकदा वर्तमान क्षणाशी संलग्न होण्यासाठी तुमच्या शरीराला सक्रिय करून, त्याच्या हालचाली करून (व्यायामासारख्या शारीरिक हालचाली) किंवा संवेदनात्मक ध्यान करून तुमच्या चंचल मनाला स्थिरचित्त आणि शांत करा.

## ५

# फक्त टोकाचे दृष्टिकोन नसतात

या प्रकरणात आपलं लक्ष आपण किंचित दुसरीकडे वळवणार असून अतिविचाराच्या एका पैलूचा विचार करणार आहोत. दुर्दैवानं, हा पैलू काही जणांना अतिशय परिचित असू शकेल. कोणत्याही प्रकारे निवाडा न करता किंवा कसलंही लेबल न लावता किंवा अन्वयार्थ न काढता शांत सचेतन मनानं वर्तमान क्षणाकडे वळण्याविषयी आपण दीर्घ चर्चा केली आहे. चिंताग्रस्तता निश्चितपणे भविष्याची काळजी करण्याचं स्वरूप धारण करू शकते किंवा तिच्यामुळे भूतकाळाविषयी पश्चात्तापही होऊ शकतो. परंतु आपल्यापैकी काही जणांच्या बाबतीत त्यांचं नकारात्मक चिंतन आणि अतिविचार हे एका विशिष्ट प्रकारच्या आकलनात्मक किंवा धारणात्मक विकृतीतून तयार झालेले असतात. निवाडा करणं ही ती विकृती असते. स्वतःचा किंवा इतरांचा निवाडा करणं ही एकाच प्रकारची विकृती असते किंवा या दोन्ही गोष्टींमध्ये समानता असू शकते. निवाडा करणं ही साधी गोष्ट असते. जे काय असतं त्याकडे आपण पाहतो आणि आपल्या विचारानुसार ते कसं असलं पाहिजे याच्याशी त्याची तुलना करतो.

वास्तवाला सरळसरळ नाकारणं, त्याचा स्वीकार न करणं किंवा त्याच्याशी वाद घालणं अशी ही गोष्ट आहे हे तुमच्या लक्षात येईल. आपण आपल्या बाबतीतील ही गोष्ट करू शकतो. (मी संघर्ष करत आहे. पण खरं तर मला असा संघर्ष करावा लागता कामा नये. हीच तर समस्या आहे. याचा अर्थ मी वाईट व्यक्ती आहे.) किंवा आपण इतरांच्याही बाबतीत

ती करू शकतो. (ते माझ्याशी वाईट वागले होते. त्यांनी माझ्याशी तसं वागायला नको होतं. हीच तर समस्या आहे. ते लोक हीच माझ्या समोरची खरी समस्या आहे.)

ज्या वेळी आपण अशा प्रकारे निवाडा करतो त्या वेळी आपल्या स्वीकार करण्याच्या, प्रेम करण्याच्या आणि स्वतःविषयी व इतरांविषयी समरसता, करुणा बाळगण्याच्या क्षमतेवर परिणाम होतो. त्यामुळे आपलं अवधान संकुचित होतं. आपण चिंताग्रस्त होतो आणि नकारात्मक बाबींवर लक्ष केंद्रित करतो. काय असलं पाहिजे याविषयीच्या मोठ्या कथा तयार करण्यास आपल्या अहंकाराला आपण मुभा देतो त्या वेळी काही वेळा आपण कृतींची आणि प्रसंगांची वास्तवाशी गल्लत करतो. उदाहरणार्थ, एखादी व्यक्ती एखाद्या वेळी आपल्याशी दुष्टपणानं वागली तर, आपण असा निष्कर्ष काढतो की, ती व्यक्ती म्हणून कायमच मूलतः दुष्ट आहे. प्रत्येक क्षणी ती कशी असते त्याच्याशी तिचा संबंध जोडणं आपण थांबवतो. तिच्यात किती क्षमता आहे ते आपण पाहत नाही आणि आपल्या मनातील अनुभवावरून किंवा स्मृतीवरून आपण तिच्याविषयीची कथा तयार करण्यास सुरुवात करतो. आपण तिला एका भूमिकेत बसवून टाकतो. हे आपणच केलं आहे हे आपण विसरून जातो आणि त्यानंतर आपल्या कथांना अद्ययावत करण्यास विसरून जातो.

परंतु आपण हे पाहिलं आहे की, शुद्ध अवधान आणि निवाडा न करता सचेतन जाणिवेतून वागणं ही शांततेची आणि समाधानाची गुरूकिल्ली आहे. त्यामुळे तुम्ही आजूबाजूला अधिक चांगल्या प्रकारे वागू शकता आणि स्वतःचाही अधिक प्रमाणात स्वीकार करता.

## कमीतकमी प्रमाणात निवाडा करणं

आपण निवाडा करणं सोडून देतो, याचा अर्थ आपण फक्त इतरांशी चांगुलपणानं वागतो असा होत नाही. आपण ते आपल्यासाठी आणि आपल्या स्वतःच्या आरोग्यासाठी व मनःशांतीसाठी करतो. आपण इतरांचा निवाडा करतो, त्या वेळी आपण आपला निवाडा करत असण्याची शक्यताही असते. निवाडा करण्याचा एकच दृष्टिकोन आपण दोन्ही वेळा वापरत असल्याची शक्यता असते. त्याच्यातूनही आपण नाखुशी, तणाव आणि असमाधान यांची निर्मिती करतो.

आपण ध्यान करतो आणि वर्तमान क्षण जसा आहे तसं त्याला स्वीकारून त्याला सामोरं जाण्याचा प्रयत्न करतो त्या वेळी आपण प्रत्येक नवीन अनुभूतीकडे वळतो. आपण जणू काही म्हणतो, 'हॅलो, तू कोण आहेस? तू रोचक आहेस. तुझं स्वागत आहे. मी तुझा स्वीकार करतो'. आपण त्या संवेदनेला लेबल लावण्याचा किंवा तिचं वर्गीकरण करण्याचा प्रयत्न करत नाही. ती चांगली आहे की वाईट आहे, ती आपल्याला आवडते की नाही, तिचा काय अर्थ आहे, ती आपल्याला कुठे नेत आहे, तिच्यामुळे जे घडत आहे ते 'घडलं पाहिजे की नाही?' इत्यादी गोष्टींसारखं काहीही आपण म्हणत नाही.

ज्या वेळी आपण निवाडा करणं सोडून देतो, त्या वेळी आपण स्वतःचा व इतरांचाही आपल्याकडून निवाडा होऊ न देण्याची संधी स्वतःला व इतरांना देतो. ज्या वेळी आपण दुसऱ्या व्यक्तीला भेटतो त्या वेळी आपण पुढीलप्रमाणे काहीतरी बोलतो : 'हॅलो, तुम्ही कसे आहात? तुम्हाला भेटून आनंद झाला. तुम्ही रोचक व्यक्ती आहात. तुमचं स्वागत आहे. मी तुमचा स्वीकार करतो'. तुम्ही त्या व्यक्तीला वीस वर्षांपासून ओळखत असलात किंवा तुमची अगदी नुकतीच ओळख झाली असली तरी तुम्ही असंच काहीसं बोलता. त्यांचं आपल्याशी एकमत झालेलं असो वा नसो, त्यांनी काय कपडे घातले आहेत, ते काय करत आहेत किंवा काय बोलत आहेत आणि त्यांचं आपल्याविषयीचं काय मत आहे ते लक्षात घेऊन आपण त्या वेळी बोलत नाही. त्या क्षणी ते लोक जसे असतात तसंच आपण त्यांना भेटतो आणि त्यांच्याविषयी काही मत व्यक्त करण्याची आपल्या अहंकाराची इच्छा आपण थोपवून धरतो.

आपण आताच्या या वर्तमान क्षणाचाही असाच सामना करू शकतो आणि बोलू शकतो : 'हॅलो, आज तू कसा आहेस?' काल काय घडलं होतं ते तुम्ही विसरून जा, स्वतःला लेबल लावू नका. काल तुम्ही अपयशी झाल्यामुळे आजही तुम्ही अपयशीच व्हाल असं समजू नका. तुम्ही काय करू शकता आणि काय करू शकत नाही याविषयीच्या कथांना आणि अपेक्षांना धरून बसू नका. तुम्हाला इतिहास नाही आणि तुमची कोणतीही निश्चित भूमिकाही नाही. तुम्ही त्या क्षणात जसे जिवंत असता, तसेच कोणत्याही क्षणी स्वतःला भेटा.

ज्या वेळी आपण स्वतःचा किंवा इतरांचा सामना करतो, त्या वेळी आपल्या मनातील कित्येक निरर्थक गोष्टींमुळे आपण नेहमीच त्या क्षणातील त्यांच्या वास्तविक स्वभावाला आणि स्वरूपाला विसरून जातो. संपूर्ण अर्थानं ते कोण आहेत याच्याशी आपण त्यांच्या तात्पुरत्या वर्तनाची गल्लत करतो. ('वाहतुकीच्या कोंडीच्या वेळी माझ्या अंगावर ओरडलेली ती व्यक्ती बहुधा कायमच अशी तिरसटासारखी वागत असावी', असा विचार आपण करतो.)

कदाचित, ते ज्या वर्गातून आले आहेत तसेच आहेत असा विचारही आपण करतो. त्यावरून आपण त्यांना ते कशा प्रकारचे आहेत याविषयीचं लेबल लावतो. ('हं, तो स्वीडिश आहे. म्हणजे तो खरोखरच संघटित आणि सक्षम असणार.')

आपण त्यांच्याविषयीच्या भावनिक प्रतिक्रियाही तयार करतो आणि त्या भावनांच्या भिंगातून कायमच त्यांचा अधिक अन्वयार्थ लावतो. ('माझ्या वडलांनी बालपणी सातत्यानं माझा छळ केला. आता त्यांना मला काय सांगायचं आहे त्याचा मी मुळीच विचार करणार नाही. माझ्यासाठी ते मेले आहेत.')

आपण त्यांना सातत्यानं जसं पाहत असतो, त्यानुसार आपल्याही नकळत आपल्या मनातील त्यांच्या ओळखीविषयीच्या एका निश्चित कथनात आपण त्यांना सातत्यानं ढकलत राहतो. ('माझी बहीण आमच्या कुटुंबात सगळ्यात लहान आहे. आता ती एकोणतीस वर्षांची आहे हे मला माहीत आहे. आता ती एका मुलाची आई आहे, पण तरीही मी ज्या वेळी तिला पाहतो, त्या वेळी बालपणीच्या टोपणनावानंच मी तिला आपोआप हाक मारतो.')

काही वेळा आपल्याहून वेगळ्या असलेल्या लोकांविषयी आपण काही निश्चित धारणा बाळगलेल्या असतात. भिन्नता किंवा अनोळखीपणा, वेगळेपणा ही गोष्ट एक तर चुकीची आहे किंवा धोकादायक आहे असं आपण मानतो. ('ती त्या विचित्र धर्माचं पालन करते. ती मूर्ख आहे. मी तिच्यावर मुळीच विश्वास ठेवणार नाही.')

परंतु या सगळ्या फुटकळ आणि गृहीतकं तयार करणाऱ्या विचारांऐवजी आपण प्रत्यक्षात एखादी वेगळी गोष्ट करू शकतो. वर्तमान क्षणात, अगदी आता आपल्यासमोर असलेल्या गोष्टीचं आकलन करून घ्या. आपल्या मनातून निवाडा येतो. परंतु ज्या वेळी आपण शुद्ध जागरूकतेनं त्या क्षणात असतो त्या वेळी आपण निवाडा करत नाही. आपण फक्त अनुभव घेतो. आपल्या असं लक्षात येतं की, लोक क्लिष्ट, गतिशील आणि सर्वसामान्यपणे अतिशय चांगले असतात.

तुम्ही सातत्यानं इतरांकडे आणि स्वतःकडे पाहिल्यावर तिथे काय असायला हवं होतं याचाच विचार करत राहिलात तर, त्या वेळी तिथे नेमकं काय आहे त्याकडे तुमचं लक्ष जात नाही. या दृष्टिकोनामुळे तुम्ही खरोखरची नाती कशी काय तयार करू शकाल आणि स्वतःबरोबर व इतरांबरोबर शांततापूर्ण नातेसंबंध कसे काय जोपासू शकाल? आपण कोण होतो किंवा आपण कोण असलं पाहिजे किंवा आपण कोण असू शकलो असतो, याविषयीच्या दृष्टिकोनातूनच आपण आजूबाजूला वावरत राहतो. त्यामुळे आपण प्रत्यक्षात कोण आहोत याविषयीचा दृष्टिकोन आपण गमावून बसतो. अशा परिस्थितीत जणू काही आपले मुखवटेच त्यांच्या मुखवट्यांशी बोलतात आणि त्या मुखवट्यांमागचे लोक एकमेकांना कधीही खरोखरचे पाहत नाहीत किंवा जाणून घेत नाहीत.

आपण तयार करत असलेल्या कथांबरोबर संघर्ष आणि त्रस्तता येतात. आपण काढत असलेले अन्वयार्थ आणि करत असलेले मूल्य-निवाडे हे स्वयंचलितपणे, आपोआप मनात निर्माण होतात. तेच आपल्याला जगाचा, आपला स्वतःचा व इतर लोकांचा अर्थ लावण्यास मदत करतात. परंतु ते प्रत्यक्ष तिथे असलेल्या गोष्टींपासून आपल्याला अनभिज्ञ ठेवतात. आपल्या समोरचे लोक म्हणजे आपण त्यांच्याविषयी करत असलेले विचार नसतात. ते खरे, जिवंत लोक असतात. ते परिवर्तनशील आणि रोमहर्षकपणे गुंतागुंतीचे असतात... अर्थातच, याबाबतीत ते तुमच्यासारखेच असतात.

इतर लोकांचा (आणि अखेरीस स्वतःचाही) कमीतकमी निवाडा कसा करता येईल याकरिता इथे दिलेल्या गोष्टींचा सराव करा : वस्तुस्थितींना चिकटून राहा. अन्वयार्थांना किंवा मूल्य-निवाड्यांना किंवा वर्गवारीला किंवा प्रतिक्रियांना चिकटून राहू नका. फक्त वस्तुस्थितीच पाहा. गोष्टींना फक्त वर्तमानात त्या जशा आहेत, तशाच पाहा. लोकांकडेही वर्तमान क्षणात ते जसे आहेत तसंच पाहा.

याचं एक उदाहरण पाहू या. असं समजा की, तुम्ही कोणाच्यातरी मागून रस्त्यावरून चालत निघाला आहात. त्या व्यक्तीनं चॉकलेट खाऊन त्याचा कागद तिथे जमिनीवर फेकून दिल्याचं आणि तो तसाच चालत पुढे निघून गेल्याचं तुम्ही पाहता. तुम्हाला तत्काळ राग येतो. तुम्ही लगेच त्याच्याविषयीचं एक मत तयार करता. त्याचा निवाडा करता. 'किती नालायक माणूस आहे! तो मान देण्याच्या लायकीचा नाही. असा रस्त्यात कचरा करणारे लोक मला आवडत नाहीत. तो अतिशय असंस्कृत आहे.'

असो, आता त्या खलनायकाविषयी आणि नायकाविषयी (म्हणजे तुम्ही स्वतः) तुम्ही एक छानशी छोटी कथा तयार केली आहे. संतापाच्या भरात आणि अन्याय घडल्याच्या भावनेत तुम्ही पूर्णपणे गढून गेलेले असता. तुम्ही याच्याही पुढे जाता आणि म्हणता, 'आजकाल लोकांकडे मुळीसुद्धा शिष्टाचार उरलेले नाहीत. अगदी प्रामाणिकपणे सांगायचं तर, यामुळे जगात सगळीकडे अंदाधुंदी माजली आहे. कोणालाही कशाचीच फिकीर नाही. कोणीच कशाची काळजी घेत नाही'. वा! तुम्ही किती छान गोष्ट सांगितली आहे. आता तिच्यावर बारकाईनं नजर टाकू या. प्रत्यक्षात काय घडलं आहे? वस्तुस्थिती काय आहे?

चॉकलेट खाऊन कोणीतरी रस्त्यातच त्याचा कागद फेकून दिला. बस्स, इतकंच झालं आहे. मग बाकीचं सगळं तुम्ही बोललात ते काय होतं? तो तुम्ही केलेला निवाडा होता. वास्तवाशी केलेला तो वादविवाद होता. बाकीच्या सगळ्या गोष्टी म्हणजे कसं वागलं पाहिजे किंवा संबंधित गोष्टी कशा असल्या पाहिजेत, हे सांगण्यासाठी तुमच्या अहंकारानं हिरिरीनं मांडलेलं त्याचं मत होतं. योगायोगानं, हाच अधिक चिंतेचा विषय आहे.

त्या क्षणात तुम्ही थांबू शकला असतात आणि आपण जगाचे सीईओ नाहीत याचा पुन्हा एकदा विचार करू शकला असतात. तुम्ही वर्तमान क्षणाला नाकारू शकता; पण त्याहीपेक्षा त्या क्षणात ती व्यक्ती कशी वागली होती त्याकडेही दुर्लक्ष करू शकला असतात किंवा ती व्यक्ती कोण होती आणि त्याने काय केलं त्याचा स्वीकार करू शकला असतात. रस्त्यात चॉकलेटचा कागद पडला आहे. परंतु तुमचं मन त्या वेळी तो कागद टाकलेल्या व्यक्तीला दुष्ट, आळशी, स्वार्थी अशी विशेषणं लावण्याची निवड करतं. या लेबलमुळे तुम्ही चिंताग्रस्त आणि नाराज होता. रस्त्यावर पडलेल्या त्या कागदाच्या बाबतीत काहीच घडत नाही.

त्या एका छोट्याशा क्षणात तुम्ही त्या माणसाशी दोन हात करण्याच्या किंवा चक्क युद्ध करण्याच्या पवित्र्यात जाता. तुमच्या मनात तुम्ही त्याच्या विरोधात तिरस्काराची आणि अन्यायाची भावना निर्माण केलेली असते. आता तुम्ही त्या क्षणात नसता, तर तुम्ही विणलेल्या कथेत तुम्ही पूर्णपणे अडकलेले असता. ती एक वाईट कथा असते. आपल्याला मदत करण्याच्या नादात आपलं मन असा विचार करतं की, प्रत्येक गोष्टीचा निवाडा करणं आणि त्याचं वर्गीकरण करणं आवश्यक आहे. परंतु पुढील गोष्टीचा विचार करा : तुम्ही मुद्दामहून बसून कोण चांगलं आणि वाईट आहे याचा आताच्या आता विचार करावा इतकी ही तातडीच्या महत्त्वाची बाब आहे का? तुम्ही चांगले आहात की वाईट आहात हे ठरवण्यासाठी कोणत्याही प्रकारे तुम्हाला या गोष्टीचा उपयोग होतो का? आपण केलेल्या निवाड्यामुळे किंवा आपल्या मतामुळे जग बदलेल असं आपण समजतो. निवाडा करणं आणि प्रत्येक गोष्टीत आपलं मत मांडणं यामुळे आपल्याकडे बऱ्या-वाईट गोष्टीविषयीचा दृष्टिकोन आहे किंवा एखाद्याची पारख करण्याची क्षमता आहे किंवा आपल्याकडे चांगलं व्यक्तिमत्त्व आहे असं आपल्याला वाटतं. आपण कोणापेक्षा चांगले आहोत किंवा कोणाशी असहमत आहोत हे आपल्याला समजलं नाही तर आपल्याकडे आपलं असं कसलंच व्यक्तिमत्त्व उरणार नाही, असं आपल्याला वाटत असावं.

यातली समस्या अशी आहे की, या सगळ्या गोष्टींची किंमत चुकती करावी लागते. यामुळे आपण चिंताग्रस्त आणि नाखूश होतो.

पुढच्या वेळी तुम्ही इतर कोणाबरोबर असलात तर फक्त वस्तुस्थितीवरच लक्ष एकवटण्याचा प्रयत्न करा. ती व्यक्ती बोलत असलेले शब्द ऐका. तिच्या चेहऱ्याकडे पाहा. तिच्याबरोबर त्या क्षणात असणं कसं वाटतं त्याची जाणीव करून घ्या. अशी कल्पना करा की, तुम्ही त्याआधी कधीही तिला भेटला नव्हतात आणि त्या वेळी पहिल्यांदाच तुम्ही तिला भेटत आहात. तुम्ही जर खरोखरच पूर्णपणे त्या क्षणात उपस्थित असाल तर तुम्ही त्या व्यक्तीला एक अनोळखी, नवीन व्यक्ती म्हणूनच क्षणोक्षणी भेटत राहाल.

ज्या वेळी तुमचं मन त्या व्यक्तीविषयी कोणताही निवाडा करू लागेल, कोणतंही मत व्यक्त करू लागेल, त्या वेळी फक्त त्याकडे पाहा, ते तिथे आहे इतकीच त्याची दखल घ्या. त्यानंतर त्या क्षणाचं तुमचं आकलन किंवा धारणा म्हणून त्याच्याकडे पाहा. आता पुढील विधानांचा विचार करा.

> ‘ही एक वृद्ध व्यक्ती आहे. तिच्या पिढीतील प्रत्येक जण असाच आहे. तो किती कंटाळवाणा आहे.’
>
> ‘ते सगळे एकजात मूर्ख आहेत.’
>
> ‘त्याचे आई-वडील श्रीमंत आहेत. त्याला कधीही माझ्यासारखे कठोर परिश्रम करावे लागले नाहीत.’
>
> ‘ती प्रत्यक्षात कट्टर वंशवादी आहे. तिच्यासारख्या लोकांकरिता माझ्याकडे मुळीच वेळ नाही.’
>
> ‘त्यांनी आणलेली ती भेटवस्तू तुम्ही पाहिलीत का? अरे बाप रे! किती घाणेरडी आणि धक्कादायक होती ती!’

इथे त्या क्षणी जिवंत असलेली आणि श्वसन करत असलेली एखादी व्यक्ती प्रत्यक्षात जशी आहे त्याहून तिच्याविषयीची कथा किती वेगळी आहे त्याचा विचार करा. क्षणभरासाठी तुम्ही जाणीवपूर्वक ती कथा बाजूला ठेवू शकता का, ते पाहा. आजचं जग हे विभाजनांनी आणि ‘आपण विरुद्ध इतर’ या विचारसरणीत सहभागी होण्याच्या निमंत्रणांनी भरलेलं आहे. मात्र, या सगळ्यांतून फक्त अधिक चिंताग्रस्ततेला आणि नाखुशीला, नाराजीलाच वाव मिळतो.

आता तुमच्याकडे अन्योन्यक्रियांभोवतीच्या वर्तमानाधारित प्रामाणिक भावना नाहीत असं वेगळं सांगावं लागण्याची आवश्यकता नाही. जर एखादी व्यक्ती सध्या तुमच्याशी धक्कादायक पद्धतीनं किंवा असंस्कृतपणे वागत असेल तर ठीक आहे, त्या गोष्टीची दखल घ्या. परंतु या गोष्टीवर आपल्या मनातील काही थर चढवण्याआधी तिच्या प्रवृत्तीचं निरीक्षण करा.

> कुठलीही गोष्ट उगीचच तशी आहे अशी कल्पना करू नका – ज्या वेळी तुम्ही माहितीतील गाळलेल्या जागा भरू लागता त्या वेळी तुम्ही त्या चित्रात तुमचा स्वतःचा पूर्वग्रह भरता. फक्त आता या चित्राकडे पाहा. ‘ते हसले’ ठीक आहे. ती वस्तुस्थिती आहे. पण तुमची टर उडवून ते हसले ही तुमची समजूत आहे. ती तुमच्या मनातील कल्पना आहे.
>
> अन्वयार्थ काढू नका – गोष्टी का घडतात हे तुम्हाला खरोखरच माहीत नसतं. ‘त्यांनी तुम्हाला निरोप पाठवला नाही

किंवा मेसेज केला नाही', इतकीच वस्तुस्थिती आहे. पण म्हणून अमुक तमुक घडलं असावं म्हणून हे झालं असावं हा अन्वयार्थ तुम्ही स्वतः काढलेला असतो. ती तुमच्या समोरची वास्तव परिस्थिती नसते.

बचावाच्या पवित्र्यात जाऊ नका – त्याऐवजी प्रत्येक जण त्याच्या कुवतीनुसार शक्य तितकं उत्तम तेच करत आहे असं गृहीत धरा. जगाला, इतर लोकांना किंवा स्वतःला आपला शत्रू करू नका. ज्या वेळी तुम्ही बचावाच्या पवित्र्यात असता त्या वेळी तुम्हाला सगळीकडे संकटं आणि धोके दिसतात.

अपेक्षा बाळगू नका – तुम्ही काय घडेल याचं अनुमान बांधत असाल, भविष्यवाणी करत असाल किंवा एखाद्या विशेष परिणामाची प्रतीक्षा करत असाल तर तुम्ही वर्तमानात उपस्थित नाही. तुम्ही फक्त पहिल्यापासूनच कोणता ना कोणता निष्कर्ष काढण्याच्या घाईत आहात. जीवननाट्याचे तुम्ही दिग्दर्शक नाही. त्या नाट्याला जसं उलगडायचं असेल तसं उलगडू द्या. त्याला तुम्हाला चकित करू द्या.

मन वाचू नका – ज्या वेळी एखाद्याच्या डोक्यात काय सुरू आहे त्याचा आपण अंदाज बांधतो, त्या वेळी आपण त्या क्षणाची गतिशीलता आणि क्लिष्टता कमी करतो आणि त्याचं सुलभीकरण केलेल्या सदोष कथेत रूपांतर करतो.

जिज्ञासू होणं हा वर दिलेल्या सगळ्या गोष्टींमध्ये घट करण्याचा एक मार्ग आहे. तुमच्या समोरच्या व्यक्तीविषयी किंवा परिस्थितीविषयी प्रश्न विचारा. एखाद्या व्यक्तीविषयी आणि परिस्थितीविषयी आपल्याला आधीपासूनच सारं काही माहीत आहे असं समजून तिच्याविषयी मत तयार करून किंवा तिचा निवाडा करून अलिप्त राहण्याऐवजी विनम्रपणे वागा आणि प्रत्यक्षात आपल्याला तिच्याविषयी काहीच माहीत नाही असं समजा. लोकांना बदलू द्या. त्यांना स्वतःचा विस्तार करून घेऊ द्या, विकसित होऊ द्या. त्यांना विरोधाभासांना त्यांच्यात समाविष्ट करून घेऊ द्या. त्यांना तुमच्याहून भिन्न होऊ द्या. त्यांना भ्रमित करणाऱ्या किंवा समजून घेणं शक्य नसलेल्या व्यक्ती होऊ द्या. मुळातच तुम्ही लोकांना समजून घेतलंच पाहिजे, असं तुम्हाला

कोणी सांगितलं आहे? तुम्ही त्यांना समजून घेतलं नाही तरीही तुमच्या मनात त्यांच्याविषयी प्रेम, करुणा आणि समरसता असू शकतेच की!

अपेक्षा बाळगणं हा निराशेकडे नेणारा एक मार्ग आहे आणि इतर लोकांविषयी अपेक्षा बाळगणं हा निवाडा करण्याकडे नेणारा मार्ग आहे. कोणीतरी तुमचा निवाडा करत आहे, तुमच्यावर टीका करत आहे असं तुमच्या लक्षात आलं तर क्षणभर थांबा. एक दीर्घ श्वास घ्या आणि मुद्दामहून त्या व्यक्तीच्या इतर एखाद्या गुणाचं कौतुक करू लागा. तिने नुकतंच एखादं राग येण्याजोगं विधान केलं असेल आणि त्यावर तुम्ही प्रतिक्रिया व्यक्त केली असेल तरीही ते ठीक आहे. परंतु फक्त या एका गोष्टीमुळे त्या व्यक्तीवर व स्वतःवर तुम्ही नाराज होऊ शकणार नाही. त्यामुळे त्या व्यक्तीच्या ज्या गोष्टींचं तुम्ही अगदी आता कौतुक करू शकता, त्या गोष्टींकडे तुम्ही दुर्लक्ष करू शकणार नाही.

## *तुम्ही स्वतःचाच निवाडा करत असाल तर...*

आपण ज्या प्रकारे इतरांचा सामना करतो, अगदी तंतोतंत त्याच प्रकारे आपण स्वतःचाही सामना करतो. जो कठोर आणि निवाडा करणारा टीकात्मक स्वर तुम्ही इतरांसाठी वापरता, तोच तुम्ही स्वतःकडेही वळवता. आत्मटीका करणं किंवा खरं तर आत्मनिंदा करणं आणि कमी स्वाभिमान असणं यांच्यातूनच वास्तवाला न स्वीकारणं आणि त्याला विरोध करणं या गोष्टी येतात. या संपूर्ण पुस्तकात आपण या गोष्टींवरच चर्चा केली आहे.

आपण कोण आहोत, या वास्तवाकडे आपण पाहतो आणि आपण जे कोणी असतो तसेच्या तसे आपला स्वीकार करू शकत नाही. त्याऐवजी आपल्या अपेक्षा, समजुती, गृहीतकं, अन्वयार्थ आणि अनंत कथा यांच्यामुळे आपली चलबिचल होते. 'अमुक असं असलं पाहिजे', याविषयीच्या आपल्या लाखो धारणांशी आपण आपली तुलना करतो आणि आपल्याला त्यांची आपल्यात उणीव असल्याचं आढळतं. यामुळे फक्त चिंताग्रस्तता आणि असमाधान यांचीच निर्मिती होते ही काही गोपनीय बाब नाही.

नेहमीच, या संदर्भात आत्मनिंदेचं उत्तर शोधण्यासाठी स्वयंसाहाय्यतेच्या जगात विरुद्ध दिशेला म्हणजे स्वप्रेमाकडे जावं लागतं. परंतु प्रत्यक्षात तुम्हाला स्वतःवर प्रेम करण्याची गरज नसते. आहाहा, केवढा दिलासा

मिळाला ना! कारण काहीही झालं तरी तुम्ही जे कोणी आहात त्याचं कौतुक करणं आणि तुम्ही खूपच विलक्षण, खूपच छान आहात असं वाटून घेणं ही गोष्टही निवाडा करण्यासारखीच असते. तुम्ही काय आहे आणि काय असलं पाहिजे याची तुलना करता आणि या गोष्टी उत्तम प्रकारे परस्परांशी सुसंगत असल्याचं पाहिल्यानंतर तुमच्या मनात स्वतःविषयी चांगल्या भावना निर्माण होतात.

ही गोष्ट तात्पुरती काम करते. परंतु सर्व प्रकारच्या 'अमुक असं असलं पाहिजे', या गोष्टींना पूर्णपणे सोडून देऊन जे आहे त्याचा स्वीकार करण्याचा दृष्टिकोन हाच अतिशय टिकाऊ आणि खोलवर समाधान मिळवून देणारा असतो. स्वतःच्या बाबतीत सारं काही ठीक आहे असा शांत, समाधानाचा आणि आपण जसे आहोत तसा आपला स्वीकार करण्याचा दृष्टिकोन बाळगण्याचं धैर्य तुमच्याकडे आहे का? ही गोष्ट आत्मविश्वासापेक्षा किंवा आत्मप्रेमापेक्षाही गहन आहे. जर एके दिवशी तुमच्या लक्षात आलं की, आज तुमची मनःस्थिती पार बिघडलेली आहे आणि आपण कोण आहोत त्याविषयी तुमच्या मनात वाईट भावना आहेत, तर तुम्ही ती भावना स्वीकारू शकाल का? आपल्यापैकी अनेकांना असं वाटतं की, आत्मप्रेम आणि स्वतःविषयी करुणा, समरसता बाळगणं या चांगल्या कल्पना आहेत; परंतु आपण त्या गोष्टी भविष्यात वापरण्यासाठी (अन्यत्र...) राखीव ठेवतो. प्रत्यक्षात आपल्याला त्या क्षणात असं आढळलं की, आपण आत्मतिरस्कार करत आहोत आणि आपल्या मनात स्वतःविषयी वाईट भावना आहे, तर काहीतरी समस्या आहे, काहीतरी चुकीचं घडत आहे असं आपण समजतो आणि त्या सगळ्याला विरोध करतो.

पण ज्या वेळी आपण त्या क्षणाला, त्या क्षणात जे काही असतं त्या सगळ्या गोष्टींना मान्य करतो आणि त्यांचा स्वीकार करतो त्या वेळी काय घडतं?

त्या वेळी आपल्याला संताप आला असेल आणि आपण अस्वस्थ असू तर? आपण त्याचा स्वीकार करतो.

आपल्याला आनंद झाला असेल आणि आपण आशावादी असू तर? आपण त्याचा स्वीकार करतो.

आपण द्विधा मनःस्थितीत आणि संभ्रमित असू तर? आपण त्याचा स्वीकार करतो.

आपल्याला सध्या जे वाटत आहे त्या भावनांचा आपण बहुधा स्वीकार करू शकणार नाही असं आपल्याला वाटत असेल तर? आपण त्याचाही स्वीकार करतो.

त्या क्षणात जे जे समोर येतं, त्या सगळ्यांकडे आपण शांतपणे, दक्षतेनं, करुणार्द्रतेनं आणि जिज्ञासूपणे लक्ष देऊन पाहतो. बस्स! आपण इतकंच करतो.

'मीही एखाद्या दिवशी शांतपणे स्वतःचा स्वीकार करणारी विलक्षण व्यक्ती होईन', या विचारावर तुमचं मन उसळून उडी मारत असल्याचं पाहा.

त्यावर तुमचं मन पुन्हा एकदा उसळल्यासारखं कृती करण्याकडे सरसावत असल्याचं पाहा. 'थांब, ही गोष्ट अतिशय साधी आहे असं समजू नकोस, इथे काहीतरी समस्या असलीच पाहिजे', असं ते सांगत असल्याचं पाहा.

अशा सगळ्या विचारांवर फक्त नजर टाका आणि त्या सगळ्यांचाही शांतपणे स्वीकार करा.

## निवाडा नको, अद्वैत हवं

निवाडा करण्याच्या प्रवृत्तीची मुळं खोल गेलेली असतात आणि त्याच्यातूनच आपल्यासाठी सर्व प्रकारच्या चिंता आणि दुःखं यांची निर्मिती होते, याविषयी बौद्ध लोकांकडून आपण शिकू शकतो. अद्वैताची चर्चा ही लवकरच अमूर्त आणि तात्त्विक स्वरूपाची होऊ शकते, परंतु तिच्यातील संकल्पना साध्या आहेत.

यात यिन आणि यँग आहे. त्यात कसलीच समस्या नाही.

आपण द्वैत असलेल्या जगात जगतो. या जगात चांगल्या आणि वाईट गोष्टी, सुष्ट आणि दुष्ट, चढ आणि उतार, जीवन आणि मृत्यू, कृष्ण आणि धवल अशा गोष्टी असतात. या परस्पर विरुद्ध गोष्टी एकमेकींकडे निर्देश करतात आणि एकमेकींवर अवलंबून असतात. दुःख असल्याशिवाय आनंद प्राप्त होत नाही. कोणतीही गोष्ट एकटी नसते, तर तिच्या विरुद्ध असलेल्या गोष्टीशी तिचं सातत्यपूर्ण, परिवर्तनशील नातं असतं. हा दिवस आहे हे आपल्याला माहीत असतं, कारण त्या वेळी रात्र नसते. म्हणून दिवस आणि रात्र या दोन्ही गोष्टी मूलभूतरीत्या एकमेकींशी मूल्यवान, अतूट नात्यानं बद्ध असतात. यात कसलीच समस्या नाही.

मग चिंताग्रस्तता आणि नकारात्मक चिंतन यांच्या संदर्भात या सगळ्याचा काय अर्थ होतो? आणि आपला व इतरांचा निवाडा करण्याच्या आपल्या प्रवृत्तीविषयी ते काय सांगतं?

> प्रत्येक निवाड्याच्या मुळाशी द्वैत किंवा द्वंद्व असतं.
>
> 'त्यांचं म्हणणं चुकीचं आहे.' (म्हणजे माझं म्हणणं बरोबर आहे.)
>
> 'हा अत्यंत दुर्दैवी अपघात आहे.' (याचा अर्थ तो जाणीवपूर्वक करण्यात आलेला नाही किंवा ती इच्छित घटना नाही.)
>
> 'हा उत्तम पोशाख आहे.' (याचा अर्थ बाकीचे सगळे तितकेसे चांगले किंवा उत्तम पोशाख नाहीत.)

मन हे चाकूसारखं असतं. ते वास्तवाला दोन भागांत विभाजित करतं. हे आणि ते – असे ते दोन भाग असतात. एखादी व्यक्ती काहीतरी करत असल्याचं आपण पाहतो. आपण तिला काहीतरी 'वाईट' म्हणतो. त्यानंतर आपण त्या व्यक्तीला आणि त्याच्या कृतींना समग्र गोष्टींपासून बाजूला काढतो. आपण वास्तवाच्या समग्रतेला एकूणच दोन भागांत विभाजित करतो. आता ती व्यक्ती आणि तिच्या कृती वाईट गटाचा भाग असतात. त्यांना आपण चांगल्या गटापासून स्वतंत्र केलेलं असतं. आपल्या बाबतीतही आपण हे करतो. आपल्या अंतर्यामी असलेल्या एखाद्या गोष्टीकडे आपण पाहतो. ती भावना असू शकते किंवा तो विचारही असू शकतो आणि त्याबद्दलचा निर्णय घेतो. उदाहरणार्थ, ही गोष्ट अस्वीकारार्ह आहे. आपलं मन त्या गोष्टीला दोन भागांत विभाजित करतं आणि आपल्या उर्वरित गोष्टींपासून आपण तिला बाजूला काढतो. आपलं मन निवाडा करताना ही कापाकापी आणि विभाजनं करतं, परंतु हा सगळा भ्रम असतो. ती गोष्ट नेहमीच 'संपूर्ण' किंवा 'अखंड' असते.

ज्या वेळी प्रत्येक गोष्ट अखंड किंवा संपूर्ण असते ही गोष्ट आपण विसरतो, त्या वेळी आपण एखाद्या गोष्टीविषयीची आपल्या मनातील करुणा आणि समरसता मागे घेतो. आपल्या जाणिवेला संकुचित करतो. त्यानंतर आपण शत्रूंचा शोध घेऊ लागतो आणि त्यांच्या विरोधात वापरता येण्याजोग्या वस्तूही शोधतो. दबाव टाकता येण्याजोग्या आपल्या शत्रूंचा आणि वस्तूंचा

आपण शोध घेतो. त्या वेळी आपण सगळेच जण अखंड मानवतेचा भाग आहोत हे पाहणं आपण थांबवतो आणि वंश, लिंग, राजकीय गट, राष्ट्रं इत्यादी गोष्टी पाहू लागतो. आपल्याला संपूर्ण किंवा अखंड स्वरूपात पाहणं आपण थांबवतो आणि चांगले भाग व वाईट भाग, ताकदी आणि दुर्बलता, अभिमान वाटण्याजोग्या आणि शरमिंदेपणा वाटण्याजोग्या गोष्टी यांचा संग्रह म्हणून आपण आपल्याकडे पाहू लागतो. अशा प्रकारे, तुकडे करणं आणि कापाकापी करणं ही गोष्टच मुळात अत्यंत तणावपूर्ण असते. ज्या वेळी आपण द्वैताबरोबर जगतो, त्या वेळी प्रत्येक गोष्ट ही विभाजित असते आणि ज्या वेळी आपल्याकडे दोन भाग असतात त्या वेळी आपण कोणता अर्धा भाग अधिक चांगला आहे याचा आपोआपच निवाडा करतो. याच्यातूनच चिंता, निराशा, हक्क दाखवणं आणि अमुक असलं पाहिजे, हे झालंच पाहिजे अशा अपेक्षा बाळगणं वगैरे गोष्टी निर्माण होतात. आपण पुन्हा एकदा अतिविचार करणाऱ्या चंचल मनात असतो. आपण वर्तमान क्षणाच्या बाहेर असतो आणि आपण कथांमध्ये व नकारात्मक चिंतनात जगत राहतो. जर कथेत एखादी समस्या आणि तिच्यावरची उपाययोजना नसेल, एक चांगला आणि एक वाईट माणूस नसेल, टीम ए आणि टीम बी नसेल तर ती कथा चांगली कशी काय होईल?

> आपल्याकडे एका बाजूला :
> द्वैत, निवाडा, कथा, वर्तमानाविषयीची अस्वीकारार्हता, विभाजन आणि चिंताग्रस्तता असते.
>
> ...आणि दुसऱ्या बाजूला :
> अद्वैत, स्वीकारार्हता, जे काय असेल त्याच्यासह वर्तमानात जगणं, संपूर्णता, सहजता, सुलभता आणि समाधान असतं.

ही गोष्ट जागरूकतेनं जाणीवपूर्वक आचरणात आणण्यासाठी द्वैतातून निवाडा करण्याची वृत्ती निर्माण होते हे आपण समजून घेतलं पाहिजे. शिवाय, द्वैत हे भाषा व प्रतीकं यांच्यातून म्हणजेच वास्तवातून आपल्या मनांमध्ये आकार घेत असलेल्या कथेतून निर्माण होतं याचीही जाणीव आपल्याला करून घ्यावीच लागेल.

जर आपण आपल्या मनांप्रमाणे वागत राहिलो, तर आपण भाषेचा वापर करतो आणि अपरिहार्यपणे द्वैताबरोबरच काम करतो. जर आपण आपल्या मनांमधून बाहेर पडलो आणि फक्त विशुद्ध सचेतन जाणिवेत राहिलो तर आपण भाषेच्या अद्वैतात राहण्यास सक्षम होतो. फक्त झेन संन्यासीच या गोष्टीचा विचार करतात आणि त्यांनीच या गोष्टीची चिंता करावी असं वाटू शकतं, हो ना? पण यातली चांगली गोष्ट अशी आहे की, ज्या वेळी आपण निवाड्याच्या समस्यांशी संघर्ष करत असतो, अगदी त्या वेळीसुद्धा अद्वैताच्या चैतन्यात राहण्याचं पालन करू शकतो. निवाडा करण्यातून अंतर, विभाजन आणि तुटकपणा, असंलग्नता निर्माण होते. परंतु निवाडा सोडून दिल्यामुळे आपण तोंड देत असलेल्या प्रत्येक गोष्टीचं मूलभूत स्वरूप पाहण्यास आपल्याला मदत होते. प्रत्येक गोष्ट ही अखंड आणि संपूर्ण आहे आणि इतर प्रत्येक गोष्टीशी ती संलग्न आहे हे आपण पाहू शकतो आणि तिथे कुठलीच समस्या नसल्याचंही आपल्याला दिसतं.

आता एक उदाहरण पाहू या. असं समजा की, तुम्ही इतरांबरोबर समूहगीत गात आहात. तुमच्या असं लक्षात येतं की, तुमच्यापेक्षा इतर सगळेच जण अधिक चांगल्या प्रकारे गात आहेत. तुम्ही विचार करता, 'ते चांगले गायक आहेत आणि मी वाईट गायक आहे'. अचानकच तुम्ही समूहगान करत असलेल्या लोकांच्या सगळ्या गटापासून स्वतःला स्वतंत्र करता आणि काहीतरी चुकीचं घडत आहे असं तुम्हाला वाटू लागतं. आता तिथे आपोआपच एक समस्या निर्माण होते. ही समस्या सोडवण्यासाठी आपण काहीतरी कृती केली पाहिजे असंही तुम्हाला वाटू शकतं किंवा तुम्ही काही वेगळ्याच प्रकारे निवाडाही करू शकता किंवा आपलं मत तयार करू शकता. तुमच्या एखाद्या मित्राला दारू पिऊन गाडी चालवल्याबद्दल अटक झाल्याचं तुम्ही ऐकता. तुमच्या मनात विचार येतो, 'बाप रे, ही भयानक गोष्ट आहे. मी कधीही असं काही करणार नाही'. पुन्हा एकदा तुम्ही केलेल्या या निवाड्यामुळे किंवा अशा प्रकारे तुमचं मत तयार केल्यामुळे तुम्ही आणि ती दुसरी व्यक्ती यांच्यात अंतर निर्माण होतं.

निवाड्यामुळे चिंता निर्माण होते. आधीच्या उदाहरणाचा विचार केला, तर आपण चांगलं गात नाही असं वाटल्यावर तुम्ही अधिक हळू आवाजात, संकोचानं आणि कोणी आपला आवाज ऐकतंय की काय, असं वाटून तुमच्या मनात तुमच्या आवाजाविषयी निर्माण झालेल्या शरमिंदेपणाच्या

भावनेतून गाता. त्याप्रमाणेच अटक झालेल्या मित्राला तुम्ही टाळता आणि इतर मित्रांबरोबर त्याच्याविषयी चर्चा करत बसता. परंतु चिंता हा एक आभास आहे, कारण मुळातच स्वतंत्रपणा किंवा आपण इतरांपासून वेगळे आहोत ही भावना हाच एक आभास आहे. चांगले गायक आणि वाईट गायक असं काहीही नसतं. ही वर्गवारी फक्त आपल्या मनात असते. अनेक लोक याला हरकत घेतील याची मला खात्री वाटते. पण जगातील किती प्रसिद्ध गायकांचे आवाज खराब आहेत त्याचा विचार करा बरं! तुम्हाला आवडत असलेले किती संगीतकार दुसऱ्या कोणालातरी बिलकूल आवडत नसतील, त्याचा विचार करून पाहा. चांगले गायक एके दिवशी वाईट गायक होऊ शकतील आणि वाईट गायक एके दिवशी चांगले गायक शकतील याचा विचार करा.

फक्त चांगले आणि वाईट अशी साधी वर्गवारी केल्यामुळे आपल्या समोरच्या परिस्थितीच्या इतर सगळ्या रंगांकडे व छटांकडे आपण दुर्लक्ष केलेलं असतं. आपण परिस्थितीच्या बारकाव्यांना आणि व्याप्तीला त्या परिस्थितीतून बाहेर काढलेलं असतं. त्यांचं अस्तित्व आपण नाकारतो आणि त्या परिस्थितीला एक संकुचित लेबल लावतो. याचा अर्थ, आपण पुन्हा एकदा सीईओची भूमिका पार पाडतो. इतर लोकही बऱ्याच प्रमाणात आपल्यासारखे आहेत या वस्तुस्थितीकडे आपण दुर्लक्ष करतो. जर आपण इतर एखाद्या व्यक्तीकडे असलेली बुद्धिमत्ता पाहिली तर तशी बुद्धिमत्ता आपल्याकडेही असतेच. त्याप्रमाणेच आपण इतरांमध्ये असलेलं क्रौर्य किंवा मूर्खपणा पाहिला तर तोही आपल्याकडे असतोच. लक्षात ठेवा, दोन नाणी नसतात. नाणं फक्त एकच असतं आणि त्याला दोन बाजू असतात. चांगले किंवा वाईट लोक नसतात. फक्त चांगल्या आणि वाईट अभिव्यक्ती व प्रकटीकरणं असतात. ज्या वेळी तुम्ही खरोखरच या गोष्टीची प्रशंसा करू शकाल त्या वेळी तुम्ही आपल्या निश्चित, ठाम आणि वरवरच्या भूमिकांमधून स्वतःला मुक्त कराल. तुम्ही चिंतेतून स्वतःला मुक्त कराल. तुम्ही फक्त त्या क्षणात जगत असलेली अखंड, संपूर्ण व्यक्ती व्हाल. शिवाय, तुम्ही इतरांनाही संपूर्ण होण्यास मदत कराल. यात कुठलीच समस्या असणार नाही.

परस्परविरुद्ध गोष्टींमध्येही संघर्ष नसतो हेही लक्षात ठेवा. त्याऐवजी त्या गोष्टी एकमेकींवर अवलंबून असतात. उत्कर्ष हा पाडाव होण्याकरिताच

होतो. चूक ही धडा मिळावा म्हणूनच घडते. आपण पोट भरल्याचं अतिशय आनंदानं कौतुक करावं म्हणूनच आपण भुकेले असतो. तुम्ही अगदीच नवोदित गायक असल्याचं तुमच्या लक्षात आलं तर अशी कल्पना करा की, तुम्ही वाईट गायक असणं हा एका अधिक मोठ्या, अधिक गुंतागुंतीच्या उलगडत चाललेल्या चित्राचा तो एक भाग होता. तुम्ही आता जिथे असाल तिथे असल्यामुळेच तुम्हाला अधिक सराव करून चांगला गायक होण्याची संधी मिळू शकेल. कदाचित, आपण किती वाईट गायक आहोत हे आधी लक्षातच न आल्यामुळे तुम्ही चांगला गायक झाला नसाल. म्हणून या दोन्ही गोष्टींमध्ये फरक आहे. परंतु हा फरक असल्यामुळे त्यांच्यात संघर्षच असला पाहिजे असं नाही. विरुद्ध गोष्टींचं परस्परांशी नातं असतं, युद्ध नसतं.

तुम्ही खरोखरच एका पद्धतीनं वाईट आणि चांगले असे दोन्ही प्रकारचे गायक आहात. जर तुम्ही निवाडा आणि विरोध करण्याच्या दिशेनं पाऊल टाकलं तर त्या क्षणातील तुमचं गायन ही एक सोडवावी लागणारी समस्या असेल. एक समजून घेण्याची गरज असलेलं कोडं असेल किंवा एक संवेदना अगर विरोध असेल. तुम्ही फक्त जिज्ञासूपणा बाळगलात आणि त्या क्षणाला स्वीकारलं तर तिथे फक्त तुम्ही आणि तुम्ही ज्या प्रकारे गायन करत असाल, ते गायन असेल आणि ते जसं असेल तसं परिपूर्ण असेल.

निवाडा न करता किंवा द्वैतात न राहता तुम्ही तुमच्या मित्राकडे पाहा आणि विचार करा, 'असो, प्रत्येकाच्याच हातून त्यांना अभिमान न वाटण्याजोग्या काही गोष्टी पूर्वी कधीतरी घडलेल्या असतात. अशी नशेत गाडी चालवणारी व्यक्ती कशी असते ते मला कदाचित पुढेमागे कधीतरी पाहता येईल.' सध्या तुम्ही आणि तुमचा मित्र एकमेकांपासून भिन्न आहात याचा अर्थ तिथे काहीतरी समस्या आहे किंवा तुम्ही प्रतिक्रिया व्यक्त केली पाहिजे, निवाडा केला पाहिजे किंवा एखादी कथा रचली पाहिजे असा होत नाही, ही गोष्ट तुमच्या लक्षात येईल. चांगले लोक वाईट गोष्टी करू शकतात आणि वाईट लोक चांगल्या गोष्टी करू शकतात हे तुमच्या लक्षात येईल. खरोखरच सध्याचा क्षण हा सातत्यानं बदलत राहतो, तो परिवर्तनशील असतो आणि काहीही झालं तरी तो निघून जाणारच असतो. मग एखाद्या कथेत त्याला बांधून घालून तो कसा असावा असं आपल्याला वाटतं याविषयीची कथा सांगून, त्याच्यात हस्तक्षेप करणारे आपण कोण असतो?

> एके दिवशी एका शेतकऱ्याचा मुलगा निष्काळजीपणे वागतो आणि तबेल्याचा दरवाजा उघडा ठेवतो. त्याच्यातून घोडा बाहेर पडतो आणि पळून जातो. 'अरेरे, किती दुर्दैवी घटना आहे ही!' असं त्याचा मुलगा म्हणतो. त्यावर शेतकरी म्हणतो, 'कदाचित, ती दुर्दैवी असेल किंवा नसेलही'. दुसऱ्या दिवशी घोडा परत येतो आणि स्वतःबरोबर आणखी एका घोड्याला घेऊन येतो. ते पाहून मुलगा म्हणतो, 'केवढी सुदैवी घटना आहे ही!' त्यावर पुन्हा एकदा शेतकरी तेच उत्तर देतो आणि म्हणतो, 'कदाचित, ती सुदैवी असेल किंवा नसेलही'.
>
> त्यानंतर दुसऱ्या दिवशी नवीन घोडा लाथ मारून शेतकऱ्याच्या मुलाला जखमी करतो. 'मी दुर्दैवी आहे', मुलगा म्हणतो आणि शेतकरी उत्तरतो, 'कदाचित, असशील किंवा नसशीलही!' त्याच्याही दुसऱ्या दिवशी त्या देशात युद्ध सुरू होतं. तरुणांना युद्धावर नेण्यासाठी बोलावलं जातं. मात्र, जखमी असल्यामुळे शेतकऱ्याच्या मुलाला सोडून दिलं जातं. मुलगा म्हणतो, 'मी सगळ्यात सुदैवी माणूस आहे'. शेतकऱ्याचं उत्तर पुन्हा एकदा तेच असतं. तो म्हणतो, 'कदाचित, असशील किंवा नसशीलही!'

ज्या वेळी आपण निवाडा करतो, त्या वेळी आपण कालप्रवाहापासूनही स्वतःला तोडतो. आपण कालप्रवाहात सातत्यानं सुरू असलेल्या घटनांपैकी एक घटना बाजूला काढतो आणि तिच्याकडे स्वतंत्र घटना म्हणून पाहतो आणि आपलं मत तयार करतो आणि ती जाहीर करतो. परंतु अधिक मोठ्या घटनाप्रवाहात ती घटना कोणती भूमिका बजावते हे सांगणारे आपण कोण असतो? कोणती गोष्ट श्रेष्ठ आणि कोणती कनिष्ठ आहे, कोणतं फलित चांगलं आणि कोणतं फलित वाईट आहे याविषयीच्या आपल्या कल्पनांना आपण चिकटून राहतो. परंतु अगदी आपणसुद्धा कालौघात वरचेवर आपल्या विचारात बदल करत राहतो. 'त्या वेळी घटस्फोट घेणं ही गोष्ट अगदी नरकयातना भोगण्यासारखी होती, परंतु आता पश्चातबुद्धीनं विचार केल्यानंतर माझ्या आयुष्यात घडलेली ती सर्वोत्तम गोष्ट होती असंच म्हणावं लागेल', असं एखादी व्यक्ती म्हणत असल्याचं तुम्ही कधी ऐकलं आहे का?'

एखाद्या छिद्रातून आपण कुंपणापलीकडच्या मांजराला पाहिलं तर आपल्याला फक्त त्याचं डोकं दिसतं. नंतर शेपूट आणि मग एकेक अवयव दिसू लागतात. आपला अनुभव असा असतो की, शरीरानंतर शेपूट आलं किंवा शेपटानंतर शरीर आलं. आपण सगळे स्वतंत्र अवयव पाहतो. परंतु प्रत्यक्षात तिथे एक संपूर्ण, अखंड मांजर असतं. फक्त आपल्या संकुचित दृष्टीमुळे आपल्याला मांजर काही भागांमध्ये विभागलं गेल्याचं दिसतं आणि क्रमवार कथनाप्रमाणे हळूहळू त्याचे भाग एका पाठोपाठ आपल्या नजरेसमोर येत राहतात.

ज्या वेळी आपण काही गोष्टींना चांगल्या किंवा वाईट म्हणतो, त्या वेळी आपणही अशाच प्रकारे वास्तवाचं विभाजन करतो. वेदना वाईट असते आणि आऩंद चांगला असतो असं आपण म्हणतो. परंतु मुलाचा जन्म होणं हा वेदनांचा सुखान्त नसतो का? त्याप्रमाणेच हेरॉईन या मादक पदार्थातून वाईट प्रकारचा आनंद मिळत नाही का? चांगलं आणि वाईट हे आपल्या भोवतालच्या समृद्ध, गतिशील आणि अखंड, संपूर्ण जगाचे स्वाभाविक गुणधर्म असतात की, हे फक्त आपण तयार केलेले शब्द आहेत? ते फक्त एक प्रतीक, फक्त आपण स्वतःलाच सांगत असलेली ती एक कथा असते का?

### *स्वाध्याय १ : तिथे मी आहे... तो मीच आहे*

अद्वैताविषयी बोलण्यापेक्षाही त्याची अनुभूती घेणंच उत्तम असतं. सध्याच्या क्षणाची सखोल संलग्नता आणि संपूर्णता व अखंडता जाणून घेण्यासाठी तुमची इच्छा असेल त्या वेळी मी इथे देत असलेला स्वाध्याय करून पाहा. तुम्ही तो एकदा करून पाहिला की, तुमच्या मनातील निवाडा करण्याची प्रवृत्ती नाहीशी झाल्यासारखं वाटतं का ते तपासा. तुम्हाला आपला तणाव, ताण, काळजी किंवा चिंता कमी झाल्यासारखी वाटते का, तेही पाहा. जर तसं झालं तर ज्या वेळी तुम्ही स्वतःचा किंवा इतरांचा निवाडा करणारी कथनं करण्यात किंवा गृहीतकं तयार करण्यात अडकला आहात असं तुम्हाला वाटेल त्या वेळी त्याच्यातून तुम्हाला बाहेर काढणारं परिपूर्ण साधन म्हणून हा स्वाध्याय करा.

'तिथे मी आहे' किंवा 'तो मीच आहे' असं या स्वाध्यायाला म्हटलं जातं.

तुम्हाला जिथून क्षणभरासाठी लोकांचं निरीक्षण करता येईल, अशा ठिकाणी बसा. अर्थातच, तिथून तुम्हाला सहजपणे निरीक्षण करता आलं पाहिजे. कदाचित, तुम्ही एखाद्या कॅफेत बसू शकाल किंवा विमानतळावर अगर सुपरमार्केटमध्ये बसून लोकांचं निरीक्षण करू शकाल. तुमचं मन हलकं आणि ग्रहणक्षम करा. त्यानंतर तुमच्या आजूबाजूला कोण आहे त्याचं फक्त निरीक्षण करा. कोणावरतरी तुमचं लक्ष एकवटा. तुम्हाला त्या व्यक्तीचा निवाडा करावा, तिच्याविषयी मत व्यक्त करावं असं वाटू शकेल किंवा त्याविषयीच्या कथा रचून सांगाव्यात असं वाटू शकेल. पण थोडं थांबा.

आता असं समजा की, तुम्ही एखाद्या चिडचिड करत असलेल्या वृद्ध महिलेला सुपरमार्केटमध्ये पाहिलं. ती रागारागानं ओरडत, काहीतरी बडबडत तिच्या हातातील ट्रॉली ढकलत सुपरमार्केटमधून फिरत आहे. आता स्वतःला सांगा की, 'तिथे मीच आहे. (ती वृद्ध स्त्री म्हणजे मी आहे.) ती चिडचिड करणारी, आरडाओरडा करत फिरणारी वृद्ध स्त्री मी असल्यामुळे ती माझीच ट्रॉली ढकलत आहे'. असं काही वेळ सुरू ठेवा, परंतु त्या व्यक्तीत आढळणारे ते गुण आता स्वतःमध्ये आले आहेत असं समजा. 'माझे गुडघे खरोखरच दुखत आहेत. मी आता वृद्ध आणि तिरसट स्वभावाचा झालो आहे. काही वेळा मी इतर लोकांशी उद्धटपणे वागत आहे', असा विचार करा.

तुम्हाला हव्या तितक्या लोकांच्या बाबतीत असं करा आणि त्यांचे गुणधर्म किंवा स्वभाववैशिष्ट्यं स्वतःमध्ये असल्याचं समजल्यावर नेमकं कसं वाटतं त्याचं फक्त निरीक्षण करा.

> 'तिथे मीच आहे. मी एक लहान, नुकतंच चालायला शिकणारं आनंदी मूल आहे. माझ्या आईचा हात धरून मी निघालो आहे.'
>
> 'तिथे मीच आहे. लाल ड्रेस घातलेली ती सुंदर मुलगी मीच आहे. माझे शूज खरोखरच मला व्यवस्थित बसत नाहीत. मला त्यांचा त्रास होत आहे.'
>
> 'तिथे मीच आहे. मी त्या दुकानातील साहाय्यक आहे. माझ्या नोकरीचा मला कंटाळा आला आहे. मी जेवणाची सुट्टी कधी होतेय याची वाटच पाहतोय.'

हा स्वाध्याय करण्यामागे काय हेतू आहे? करा आणि पाहा.

ज्या वेळी आपण एखाद्याचा किंवा एखाद्या गोष्टीचा निवाडा करतो, मूल्यमापन करतो त्या वेळी आपण जगाचे तुकडे करतो आणि मूल्य-निवाडा करतो. या स्वाध्यायाच्या साहाय्यानं आपण बरोबर उलट करतो. आपण इतरांशी असलेली आपली संलग्नता आणि साम्यं शोधतो. त्यामुळे तत्काळ त्यांचा निवाडा करणं किंवा त्यांच्यावर टीका करणं या गोष्टी मनातून नाहीशा होतात. त्या क्षणात आपण तुटल्यासारखे आहोत असं वाटण्याऐवजी आपण संपूर्ण, अखंड असल्यासारखं आपल्याला वाटतं.

तुम्ही जर तीस वर्षांचा कोकॅशियन पुरुष असाल, तर कदाचित वरवर पाहता तरी साठ वर्षांच्या आणि दोन मुलांच्या भारतीय आईशी तुम्हाला आपलं फारसं साधर्म्य असल्यासारखं वाटणार नाही. परंतु ज्या वेळी तुम्ही करुणेनं, समरसतेनं आणि जिज्ञासेनं तिच्या जगात बुडी माराल आणि बुडून जाल, त्या वेळी तिच्यात आणि तुमच्यात तुम्हाला वाटतात त्याहून कितीतरी अधिक साधर्म्यदर्शक गोष्टी असल्याचं तुम्हाला आढळेल.

तुमच्याप्रमाणेच तिनेही दुःख सहन केलं आहे आणि संघर्ष केला आहे. तुमच्याप्रमाणेच तिचंही तिच्या कुटुंबावर प्रेम आहे. तुमच्याप्रमाणेच तिच्याकडेही अनेक वेगवेगळे पैलू आहेत. तुमच्याप्रमाणेच एक माणूस म्हणून तिचे स्वतःचे काही दोष, दुर्बलता आहेत आणि वैशिष्ट्यपूर्ण सौंदर्यपूर्ण गोष्टीही आहेत, या सगळ्यांची तुम्हाला जाणीव होईल.

या स्वाध्यायामुळे फक्त इतरांचाच नव्हे, तर स्वतःचाही निवाडा करण्याकडे असलेला मनाचा कल नाहीसा होतो. कालौघात तुम्ही स्वतःकडे जगातील अनेक वैविध्यपूर्ण, गुंतागुंतीच्या, विलक्षण नागरिकांपैकी एक म्हणून पाहू लागाल. जीवन या तुमच्यासमोर उलगडत असलेल्या गाथेतील अनेक मूल्यवान व रोचक खेळाडूंपैकी एक खेळाडू म्हणून तुम्ही स्वतःकडे पाहू लागाल. इतरांप्रमाणेच तुमच्याकडेही करुणेनं, समरसतेनं, आदरानं पाहणं आणि तुम्हालाही समजून घेऊन वागणं आवश्यक आहे असं तुम्हाला वाटेल.

### *स्वाध्याय २ : 'आणि'ची जादुई शक्ती*

एका वस्तूच्या विरोधात दुसऱ्या वस्तूला उभं करून त्यांच्यात विभाजन निर्माण करण्याच्या भाषेवर अद्वैत काम करतं. समावेश, भर घालणं

आणि समग्रता यांपैकी कोणत्याही एका वेगळ्या भाषेचा उपयोग करून हळुवारपणे या मनोरचनेतून बाहेर पडा. तुम्हाला कुठे 'पण किंवा परंतु' या शब्दांचा वापर करण्याचा मोह होतो किंवा तुम्ही कधी काही लोकांना अगर कल्पनांना इतर लोकांच्या आणि कल्पनांच्या विरोधात ठेवता, त्याचं निरीक्षण करा. स्वतःच्या काही पैलूंच्या बाबतीतही तुम्ही हे कधी करता त्या वेळी आपले काही भाग चांगले आहेत आणि काही वाईट आहेत असं तुम्ही विभाजन करता याचं निरीक्षण करा. 'आणि' या जादुई शब्दाचा वापर करून तुमच्या मनातील तुमच्याविषयीच्या त्या वाक्याची पुनर्रचना करून तुमच्या मनावरचा हा ताण काढून टाकण्याचा प्रयत्न करा. पुढे काही उदाहरणं दिली आहेत.

'मला स्वयंपाक करायला अतिशय आवडतं, पण मला बेकिंगविषयी काहीच माहिती नाही', हे वाक्य 'मला स्वयंपाक करायला खूपच आवडतं आणि मला बेकिंगची फारशी माहिती नाही', असं होईल. फरक लक्षात आला का? तो सूक्ष्म आहे, परंतु 'आणि' या शब्दानं त्या दोन्ही गोष्टींना एकमेकींच्या विरुद्ध उभं करण्याऐवजी त्यांना एकत्र ठेवलं आहे. त्यांना समस्यारहित संपूर्ण अखंड केलं आहे.

'आपण उद्या जावं असं तुला वाटत आहे, पण मी त्याच्याशी सहमत नाही', ऐवजी 'आपण उद्या जावं असं तुला वाटत आहे आणि आपण आजच जाणं अधिक चांगलं ठरेल, असं मला वाटत आहे', असं वाक्य करता येईल. अद्यापही यात फरक आहे, भिन्नत्व आहे...पण कमी संघर्ष आहे.

'काल रात्रीच्या डेटच्या वेळी त्याने पहिल्यांदा एक पाऊल पुढे टाकावं असं मला खरोखरच वाटत होतं, पण तो खूपच भिडस्त स्वभावाचा आहे', हे वाक्य 'त्याने पहिल्यांदा पाऊल उचलावं असं मला वाटत होतं, आणि तो संकोची स्वभावाचा असल्यामुळे त्याची तशी इच्छा असल्याचं दिसत नव्हतं', असं होईल. आता इथे उत्सुकता आणि संकोचीपणा यांच्या दरम्यान कोणतीही समस्या नाही. त्या फक्त एकत्र घडणाऱ्या दोन गोष्टी आहेत. मात्र, हा अर्थ व्यक्त करण्याकरिता तुम्ही नेहमीच 'आणि' हा शब्द वापरलाच पाहिजे असं नाही. कालौघात विभाजन तयार करण्यासाठी तुम्ही वापरत असलेल्या भाषेची पद्धत शोधण्यात तुमचे कान तरबेज होतील. आपल्याला ते शब्द वापरण्याची इच्छा होत असल्याचं तुमच्या लक्षात आलं रे आलं की, ते शब्द बदला. त्याऐवजी संपूर्णत्व, अखंडता दर्शवणाऱ्या शब्दांची

निवड करा किंवा निवाडा न करणारे, अन्वयार्थ न लावणारे, श्रेणी तयार न करणारे किंवा 'काय असलं पाहिजे' हे न सांगणारे शब्द वापरा.

उदाहरणार्थ, आर्थिक चणचण असतानाही आपल्या पाचव्या मुलाला जन्म दिलेल्या तुमच्या मैत्रिणीच्या बाबतीत तुम्ही तिचा निवाडा अगर मूल्यमापन करत असल्यासारखं तुम्हाला वाटलं की, सावध व्हा. अखेरीस ही निवाडा करणारी, श्रेष्ठत्वाची, मूलभूत भावना येते तरी कुठून? आपल्या अंतर्यामी डोकावून पाहा आणि तुम्ही काही विभाजनं केली आहेत, यावर एक नजर टाका. चांगल्या माता विरुद्ध वाईट माता, श्रीमंत लोक विरुद्ध गरीब लोक, हुशार लोक विरुद्ध मूर्ख लोक इत्यादी, इत्यादी. आता या फरकांभोवती कोणतीही कथा न गुंफता, त्यांचा कोणताही अन्वयार्थ न लावता किंवा कोणत्याही प्रकारे त्यांचा निवाडा न करता तुम्ही या फरकांना अस्तित्वात राहू देता का, ते पाहा. तुमच्या मैत्रिणीचं दिवाळं निघालं असेल, मनःस्थिती ढासळली असेल. तुम्ही फक्त इतकंच म्हणा की, आता तिला पाच मुलं आहेत. बस्स. त्यात कसलीच समस्या नसते.

तिच्या आणि तुमच्या परिस्थितीला मूल्य चिकटवण्याची तुमची गरज दूर सारा आणि ती जशी आहे, तशीच ती आहे म्हणून तिच्याकडे बघा. तिला आर्थिक चणचण भासत आहे आणि तिला पाच मुलं आहेत. म्हणून तुम्ही या परिस्थितीच्या विरोधात लगेच तलवार उपसून युद्धासाठी सज्ज होण्याची गरज आहे का? खरं म्हणजे तुम्हाला सुरुवातीला वाटल्या होत्या तितक्या या दोन्ही स्थिती मूलतः परस्परविरुद्ध नाहीत हे तुमच्या लक्षात आलं आहे का? तुमच्या अहंकाराच्या साहाय्यानं तुम्ही तिकडे धाव घेऊन ती परिस्थिती चांगली आहे की वाईट आहे, ती कशी असावयास हवी किंवा असू नये याविषयी काही बोलण्याची आवश्यकता नाही याची तुम्हाला जाणीव झाली आहे का?

'ती माझी मैत्रीण आहे. मी तिच्यावर खूप प्रेम करतो. तिच्याकडे दातावर मारायलाही पैसा नाही. पण तरीही आता तिला पाचवं मूल होणार आहे. ते खरोखरच वेड्यांचं घर झालं आहे. पण या जगात तिच्यासारखी शांत व्यक्ती शोधूनही सापडणार नाही. ही निवड काही मी केलेली नसली तरी तिने ती केली आहे आणि माझं तिच्यावर प्रेम आहे.' असं तुम्ही म्हणता, पण प्रत्यक्षात निवाडा न करणं ही गोष्ट 'जगा आणि जगू द्या', याहूनही खूपच अधिक काही आहे. खरं तर, कोणीही काय

करावं हे तुम्ही सांगण्याची गरज नसते. वास्तविक जगात कोणालाही काही करण्याकरिता तुमच्या परवानगीची किंवा आपल्या इच्छेनुसार वागताना तुमच्या मान्यतेची गरज नसते. ही गोष्ट खरोखरच दिलासादायक नाही का? ज्या वेळी तुम्ही वास्तवावर देखरेख ठेवणाऱ्या पोलिसाची भूमिका पार पाडत नसता, त्या वेळी त्या क्षणात जे असेल त्याची प्रशंसा करणं अधिक सोपं होत नाही का? स्वतःबरोबर स्थिरचित्ततेनं, संयमानं, संघटितपणे, प्रसन्नपणे आणि पूर्णपणे शांततेत राहण्याचं गुपित असं आहे की, वास्तव जसं असेल तसा त्यावर विश्वास ठेवला पाहिजे आणि आपण फक्त तो क्षण कसाही असला तरी, तो जसा असेल तसा त्याचा स्वीकार करून त्याच्यात जगलं पाहिजे.

## महत्त्वाचे मुद्दे

- चिंता आणि अतिविचार या गोष्टी नेहमीच स्वतःचा, इतरांचा, परिस्थितींचा आणि प्रत्यक्ष जीवनाचा निवाडा करण्याच्या आपल्या प्रवृत्तीतून निर्माण होतात. जर आपण लेबल लावणं, टीका करणं, आपण विरुद्ध ते असा विचार करणं आणि फक्त टोकाच्याच गोष्टींचा म्हणजे कृष्ण-धवल रंगातच कुठल्याही गोष्टीचा विचार करणं अशा आपल्या सवयी टाळल्या तर तणाव, चिंता किंवा काळजी या गोष्टी आपण कमी करू शकतो. त्याबरोबरच करुणेनं, समरसतेनं, दयाळूपणानं वागण्याच्या आणि स्वीकार करण्याच्या आपल्या क्षमतेत आपण वाढ करू शकतो.
- लोकांचा कमीतकमी प्रमाणात निवाडा करण्यासाठी स्मृतींना, कथांना, अन्वयार्थांना किंवा निवाड्यांना चिकटून राहण्याऐवजी त्या क्षणात लोक (आपल्यासह) खरोखरचे कसे आहेत त्यावर आपण लक्ष केंद्रित केलं पाहिजे. लोकांचं तात्पुरतं वर्तन हे त्यांच्या समग्र, अपरिवर्तनीय मूलतत्त्वासारखं नसतं.
- आपल्या निवाडा करणाऱ्या अंतर्गत कथनाला सोडून देण्यासाठी आपण 'फक्त वस्तुस्थितींकडे' आपलं अवधान वळवू शकतो. निवाडा व विभाजनवादी भाषा यांचा वापर केला नाही तर संघर्ष निर्माण होत नाही व जे काही असतं त्याच्या विरोधात लढा देण्याची

गरजही उरत नाही याची जाणीवही आपण करून घेऊ शकतो. आपल्यामध्ये कोणताही संघर्ष नाही आणि जे परस्पर भिन्नत्व आहे, त्याच्याशी युद्ध करण्याची काहीच आवश्यकता नाही.

- काहीही गृहीत धरू नका, अन्वयार्थ लावू नका, अपेक्षा बाळगू नका किंवा मन वाचू नका. त्याऐवजी त्या क्षणात राहा आणि तो जसा आहे तसं त्याचं आकलन करून घ्या.
- आपल्यापैकी अनेक जण स्वतःचं मूल्यमापन करत राहतात, कारण आपल्याला काय असलं पाहिजे असं वाटतं त्याची प्रत्यक्षात काय असतं त्याच्याशी आपण तुलना करत राहतो. आपल्या आदर्श स्वत्वाची तुलना आपल्याला आकलन झालेल्या, अपुऱ्या स्वत्वाशी न करणं ही आत्मस्वीकृतीची आणि प्रसन्नतेची गुरूकिल्ली आहे. याचा अर्थ, आपल्या आदर्श स्वत्वाला सोडून देऊन आपण प्रत्यक्षात जसे आहोत तसा आपला स्वीकार करणं आवश्यक असतं. आपले अनुभव काहीही असले तरी त्यांची दखल घेऊन, निरीक्षण करून आपण त्यांच्याकरिता जागा तयार केली पाहिजे. यामुळे आपल्या मनात गाढ शांतता आणि आत्मविश्वास निर्माण होतो आणि आपण यश, अहंकार किंवा आत्मप्रतिष्ठा याच्या पलीकडे जातो.
- अद्वैताची बौद्ध संकल्पना आपल्याला अशी शिकवण देते की, वास्तवाच्या भ्रामक वाटणीतून आणि विभाजनातून दुःखाची निर्मिती होते. अद्वैतात परस्परविरुद्ध गोष्टी असल्या तरी त्या एकमेकींशी युद्ध करण्याच्या स्थितीत नसतात. ज्या वेळी आपण जीवनातील संपूर्णतेची, अखंडतेची आणि इतर सर्व गोष्टींशी असलेल्या संलग्नतेची प्रशंसा करतो, त्या वेळी निवाडा करण्याकडे आपला कमी कल असतो. त्याबरोबरच चांगलं आणि वाईट या वर्गवारींत विभाजन करण्याकडे किंवा निश्चित मतांचं अगर विधानांचं प्रदर्शन करण्याकडेही आपला कमी कल असतो. आपल्याकडे फरक किंवा भिन्नत्व आणि अनिश्चितता यांना 'धारण' करण्याची क्षमता असते. आपण त्यांना विरोध न करता किंवा समस्या सोडवण्याच्या मार्गाकडे न वळता फक्त समजून घेतो.

- आपण निवाडा करत असल्याचं आपल्या लक्षात आलं, तर कमी विभाजनवादी भाषेचा वापर करून किंवा आपण म्हणजे ते लोकच आहोत असा तात्पुरता विचार करून, त्यांच्याकडे समरसतेनं पाहून आपण आणि इतर लोक यांच्यातील साधर्म्यांचा आपण सक्रिय शोध घेऊ शकतो. अशा प्रकारे आपण निवाडा करण्याची ही प्रवृत्ती नाहीशी करू शकतो.

# सारांश मार्गदर्शिका

## प्रकरण १ : सारं काही दृष्टिकोनावरच अवलंबून असतं

- चिंताग्रस्त असलेले आणि नसलेले लोक यांच्यातील सगळ्यांत मोठा फरक हा बहुधा त्यांच्या पूर्वसक्रिय आणि प्रतिक्रियात्मक मनोरचनांमधील फरक हाच असावा. पूर्वसक्रिय असणं याचा अर्थ तुमच्या जीवनाची सूत्रं तुमच्या हाती असून तुम्ही तुमच्या जीवनाला जबाबदार आहात असा दृष्टिकोन स्वीकारणं असा आहे. दुसऱ्यांनी निर्माण केलेल्या परिस्थितींविषयी प्रतिक्रिया व्यक्त करण्याऐवजी स्वतःच्या इच्छेनुरूप परिस्थिती निर्माण करा.
- मनोरचनेत असा बदल करण्याचे अनेक मार्ग आहेत. पहिल्यांदा इतरांवर दोषारोप न करण्याची किंवा कोणतीही कृती न करता परिस्थितींविषयी फक्त तक्रार करत न राहण्याची बांधिलकी पत्करा. आपण निष्क्रियपणे तक्रार किंवा दोषारोप करत असल्याचं अगर नाराजी व्यक्त करत असल्याचं तुमच्या लक्षात आलं, तर 'माझी परिस्थिती बदलण्यासाठी मी वैयक्तिकरीत्या कोणती कृती करू शकतो?' असा प्रश्न स्वतःला विचारा.
- परिवर्तन आणि अडचणी अटळ असतात. परंतु आपल्याला हव्या तशा गोष्टी घडत नसतील तर त्यामुळे त्रासून, गांजून जाण्याऐवजी लवचीक, सर्जनशील होण्याचा आणि उपाययोजना शोधण्याचा प्रयत्न करण्याचा सराव आपण करू शकतो. यामुळे चिंताग्रस्तता कमी होते.

- दिवास्वप्नं पाहणं किंवा 'एके दिवशी' अगर 'जर असं असतं तर' यांसारखे विचार करणं थांबवलं तर आपण अधिक पूर्वसक्रिय होऊ शकतो. अगदी आताच्या आता स्वतःला सक्षम करण्यासाठी आपण प्रेरक कृती करू शकतो.
- शांत, पूर्वसक्रिय मनोरचना प्राप्त करण्यासाठी आपण आणि आपल्या मनातील इतर कोणतीही तीव्र भावना किंवा विचार यांच्यामध्ये काही अंतर राखण्याचा सराव आपण करू शकतो. आपण असं मानसिक अंतर निर्माण केलं तर आपल्याला अधिक व्यापक दृष्टिकोन मिळू शकतो आणि आपल्या विचारांकडे आपण अधिक सजगपणे फक्त विचार म्हणूनच पाहू शकतो. हे केल्यामुळे आपण जाणीवपूर्वक व पूर्वसक्रियपणे विचारांमध्ये आणि आपल्यामध्ये अंतर राखतो. अशा प्रकारे स्थानिक, तात्पुरते किंवा हंगामी, अगर सैद्धांतिक किंवा काल्पनिक अंतर निर्माण केल्यावर आपल्याला बाह्य घटना-घडामोडींच्या दयेवर अवलंबून राहावं लागत नाही, आपल्याकडे निश्चित अंतर्गत नियंत्रणस्थान (लोकस ऑफ कंट्रोल) असतं.
- विचारांपासून किंवा भावनांपासून अत्यावश्यक अंतर आणि स्पष्टता मिळवून देण्यास आपल्या कल्पनाही आपल्याला मदत करतात. एखाद्या समस्येकडे नवीन दृष्टिकोनातून पाहण्याकरिता आपण अशीच समस्या असलेल्या आपल्या मित्राला सल्ला देत आहोत, अशी कल्पना करून त्या समस्येचा विचार करा. इतर शक्यता आणि पर्याय शोधण्याकरिता तुमच्या भविष्यकालीन दुसऱ्या रूपाला तुम्ही नजरेसमोर आणू शकता. अखेरीस, तुम्ही धारणांची पुनर्रचना करण्याचा सराव करू शकता. त्या जाणिवेशी कोणतीही कथा, मूल्य-निवाडा, मत जोडण्याची गरज नाही किंवा तुमच्या जाणिवेला विरोध करण्याचीही आवश्यकता नसते. असं काहीही न करता आपण कसा विचार करतो व आपल्याला काय वाटतं ते तुम्ही पाहू शकता. फक्त या एकाच गोष्टीमुळे तुम्ही शांत व स्थिरचित्त होता आणि त्याच वेळी तुमच्या समोर नवीन दृष्टिकोन येण्याची संधीही निर्माण होते.

## प्रकरण २ : चक्रव्यूहातून बाहेर पडा

- ज्या वेळी चिंतेचा, नकारात्मक चिंतनाचा आणि अतिविचाराचा प्रश्न येतो, त्या वेळी ॲक्टमध्ये रूपरेषा देण्यात आल्याप्रमाणे लक्षपूर्वक दक्षतेनं वागण्यासाठी काही पावलं उचलण्याच्या सरावाची मदत होऊ शकते. त्यांच्या साहाय्यानं तुम्ही त्या क्षणी ठाम कृती करू शकता. कृतीशी बांधिलकी पत्करण्याच्या उपचारपद्धतीत (ॲक्शन कमिटमेंट थेरपीमध्ये) आपण ज्यावर नियंत्रण ठेवू शकत नाही त्या गोष्टीचा स्वीकार करतो. आपल्या वैयक्तिक मूल्यांनुसार आणि आपल्या जीवनात सुधारणा करण्यासाठी गोष्टींमध्ये बदल करण्याकरिता करावयाच्या कृतीशी आपण बांधिलकी पत्करू शकतो.
- आपल्याला नेहमीच आपल्या अनुभवांना टाळण्याविषयी चिंता वाटत असते. आपण आपल्या अनुभवांपासून दूर राहण्याचा किंवा त्यांना दडपून टाकण्याचा प्रयत्न करतो. परंतु सहा मूलभूत तत्त्वांचा वापर करून आपण यावर मात करू शकतो.
- आपल्यासमोर त्या क्षणी उलगडत असलेल्या गोष्टीविषयी आपण कोणताही निवाडा किंवा मतप्रदर्शन न करता, अन्वयार्थ न लावता, विरोध न करता किंवा त्याविषयीची कथा तयार न करता, सचेतन दक्षतेनं आणि खुल्या जिज्ञासूपणानं वर्तमानाशी प्रामाणिकपणे संपर्क साधणं हे पहिलं तत्त्व आहे.
- आकलनात्मक विभाजन हे दुसरं तत्त्व आहे. यात वास्तवाविषयीच्या आपल्या विचारांना आपण वास्तवापासून स्वतंत्र करतो. आपण विचार म्हणूनच विचारांचा स्वीकार करतो. त्यामुळे आपण त्यात अडकून पडत नाही.
- स्वीकारार्हता हे तिसरं तत्त्व आहे. यात आपण वास्तवाशी वाद न घालता त्याचं स्वागत करतो आणि त्याचा स्वीकार करतो. यात आपल्याला संबंधित गोष्टीला मान्यता किंवा सहमती द्यावयाची नसते, आपल्याला फक्त तिचं निरीक्षण करायचं असतं. आपण चौथ्या संकल्पनेचा म्हणजे निरीक्षक स्वत्वाचा उपयोग कतो. यात आपल्या विचारांविषयीचा जागरूक 'मेटॅ' दृष्टिकोन असतो.

आपला एक भाग अनुभव घेत असतो आणि दुसरा भाग तो अनुभव घेत असलेल्या आपलं निरीक्षण करतो.

- पाचव्या तत्त्वानुसार आपल्याला आपल्या मूल्यांचा आणि तत्त्वांचा शोध घ्यायचा असतो. त्यामुळे आपण उचित संदर्भात विचार करू शकतो. निरीक्षक स्वत्व आपल्या विचारांचं मूल्यमापन करू शकतं आणि आपल्या मूल्यांशी त्यांची तुलना करू शकतं. त्यामुळे जागरूकपणे, प्रेरक कृती करण्याच्या सहाव्या तत्त्वाचा आपण अवलंब करू शकतो.
- ॲक्ट हे संक्षिप्त रूप आपल्याला मदत करू शकतं : तुम्हाला सध्याच्या क्षणी येत असलेल्या आंतरिक अनुभवाचा स्वीकार करा. एका महत्त्वपूर्ण दिशेची निवड करा आणि त्या दिशेनं कृती करा. यामुळे चिंताग्रस्तता आणि अतिविचार या गोष्टी कमी होतात.
- चिंताग्रस्त नकारात्मक चिंतनावर मात करण्यासाठी आधी अशा चिंतनाला ओळखण्यास शिकलं पाहिजे. सर्वसामान्य विचारप्रक्रियेच्या तुलनेत नकारात्मक चिंतन अंतहीन असतं. ते कोणत्याही प्रकारच्या अंतर्दृष्टी मिळवून देत नाही आणि त्याच्यामुळे तात्पुरत्या स्वरूपात समस्येची सोडवणूक झाल्यासारखं वाटत असलं तरी प्रत्यक्षात कशातही ते सुधारणा घडवून आणत नाही.
- तुमच्या विचारांना आव्हान देण्याची काहीच गरज नसते. तसं केल्यामुळे फक्त अनुभवांना टाळलं जातं आणि विरोध केला जातो. त्याऐवजी संबंधित विचार उपयुक्त आहे का आणि तुमच्या मूल्यांनुसार उद्दिष्टं साध्य करण्यास तो तुम्हाला मदत करतो का, असा प्रश्न स्वतःला विचारा. तुलना, क्षमा आणि तीन 'एम'ची (भेटा, निर्मिती करा आणि हालचाल करा) व्यूहरचना या नकारात्मक चिंतनातून स्वतःला बाहेर काढून आत्म-सबलीकरण करण्याच्या उत्तम व्यूहरचना आहेत.
- तणाव व्यवस्थापनाचे चार 'ए' या नावानं ओळखला जाणारा एक मंत्र आहे. टाळा, बदल करा, स्वीकार करा आणि जुळवून घ्या अशा अर्थाचे ॲव्हॉइड, अल्टर, ॲक्सेप्ट आणि ॲडाप्ट असे

इंग्रजी शब्द असलेला हा मंत्र आहे. गोष्टींना टाळणं याचा अर्थ तुमच्या नियंत्रणात नसलेल्या गोष्टींपासून फक्त दूर निघून जाणं असा आहे. काही गोष्टींकरिता परिश्रम करणं उपयोगाचं नसतं. आपल्या पर्यावरणातून त्यांना पूर्णपणे दूर करणं हीच उत्तम गोष्ट असते. मात्र, जर आपण त्यांना टाळू शकलो नाही, तर तणाव निर्माण करणारे घटक दूर करण्यासाठी आपल्या पर्यावरणात कसा बदल घडवून आणावा हे आपण शिकलंच पाहिजे. अखेरीस, आपण एखाद्या परिस्थितीविषयी फारसं काहीच करू शकत नसलो तर आपण तिच्याशी जुळवून घेतलं पाहिजे आणि आपल्या तणाव निर्माण करणाऱ्या घटकांशी समन्वय साधून त्यांची हानिकारक क्षमता किमान पातळीपर्यंत कशी कमी करावी हेही आपण शिकलं पाहिजे.

## प्रकरण ३ : आकलनात्मक पुनर्रचनेची कला

- ठामपणे स्वीकार करणाऱ्या आपल्या निरीक्षक स्वत्वात आपण एकदा पोहोचलो की, आपल्या आकलनात्मक विकृतींचा, अपेक्षांचा, अंतर्गत मिथकांचा, कथनांचा, पूर्वग्रहांचा आणि गृहीतकांचा पुनर्विचार करण्यास आपण सुरुवात करतो. आपण अगदी नेमकेपणानं त्यांना आव्हान देत नाही, परंतु आपण जागरूकपणे निवड करत असलेल्या पर्यायांचा आपण विचार करतो आणि त्यांच्यासाठी आपल्या मनात जागा निर्माण करतो.
- आपण कशा प्रकारे विचार करत आहोत त्याविषयी जाणीव करून घेऊन आणि आधी स्वयंचलित, सवयीच्या आणि अचेतन असलेल्या गोष्टींवर प्रकाश टाकून आपण आकलनात्मक पुनर्रचनेचा सराव करू शकतो. ज्या वेळी आपल्या दृष्टिकोनात आपण बदल घडवून आणू शकतो आणि आपल्या आत्मसंकल्पनांमध्ये हळुवारपणे बदल करतो, त्या वेळी आपण वेगळ्या प्रकारे विचार करण्यास, भावनांची जाणीव करून घेण्यास आणि वर्तन करण्यास सुरुवात करतो. हा बदल वरवरचा किंवा फक्त 'सकारात्मक विचारसरणी' असलेला नसतो.

- जागरूकता निर्माण झाल्यानंतर आपल्या विचारांचं आपण समायोजन करू शकतो, त्यांना हरकत घेऊ शकतो, त्यांच्याशी वादविवाद करू शकतो किंवा त्यांच्याशी संलग्न होऊ शकतो आणि जाणीवपूर्वक पर्यायांची निवड करू शकतो. त्यानंतर आपल्या खरोखरच्या जीवनांमध्ये आपण त्या पर्यायांचा वापर करू शकतो. आपण आपला स्वतःचा निवाडा करण्याची, आपलं सातत्यानं मूल्यमापन करत राहण्याची, एखादी गोष्ट ठीक करण्याची किंवा सत्याचा शोध घेण्याची काहीच आवश्यकता नसते. त्याऐवजी आपल्या अत्यंत गहन मूल्यांनुसार आपलं उद्दिष्ट साध्य करण्याच्या दृष्टीनं आपले विचार किती उपयुक्त आहेत त्याचं मूल्यमापन आपण करू शकतो.
- दोन स्तंभांचं तंत्र आपल्याला विचारांची गती मंदावण्यास, स्वयंचलित नकारात्मक विचार ओळखण्यास आणि त्यांची जाणीवपूर्वक पुनर्रचना करण्यास मदत करतं. याकरिता संयम, धैर्य, करुणा आणि जिज्ञासूपणा यांची आवश्यकता असते. 'खाईन तर तुपाशी नाहीतर उपाशी' या दोन टोकांचाच विचार करणाऱ्या विचारसरणीचा शोध घ्या. त्याबरोबरच विनाशक स्वरूपाचे विचार करणं, मन वाचणं, भविष्याचं अनुमान बांधण्याचा प्रयत्न करणं, सर्वसामान्यीकरण करणं किंवा टोकाची नकारात्मक मूल्यमापनं करणं या गोष्टी आढळतात का त्याचाही शोध घ्या. या विचारांमधील शब्द बदला, त्यांचं पुनर्लेखन करा किंवा त्यांना उपयुक्त कृतीत कसं बदलता येईल त्याचा विचार करा.
- आकलनात्मक पुनर्रचनेची असंख्य तंत्रं असतात; परंतु त्या सर्वांची सुरुवात जागरूकतेपासून होते आणि पर्यायांचा विचार करण्याच्या आपल्या प्रामाणिक विचारानंच त्यांची अखेर होते. आपण सॉक्रेटीसच्या प्रश्न विचारण्याच्या तंत्राचा वापर करू शकतो. (गृहीतकांकरिता आणि विश्वासांकरिता पुरावा मागत राहा आणि नेहमीच 'का?' असा प्रश्न विचारत राहा.) याशिवाय डोळ्यांसमोर मार्गदर्शक कल्पनाचित्र तयार करणं (भूतकालीन किंवा भविष्यकालीन पर्यायांची रंगीत तालीम करण्यासाठी किंवा त्यांना साकार करण्यासाठी), नोंदी ठेवणं किंवा रोजनिशी

लिहिणं, (विचार उतरवून काढण्यासाठी आणि पर्यायांचा उपयोग करण्यासाठी) आणि 'असं झालं तर काय होईल?' या प्रश्नाच्या संदर्भात प्रयोग करणं ही काही तंत्रं होत. (तात्त्विक निष्कर्षापर्यंत पोहोचेपर्यंत विनाशक विचारांचा पाठपुरावा करा आणि अस्वस्थता, अपयश किंवा अनिश्चितता या गोष्टी खरोखरच तितक्याशा वाईट असतात का ते पाहा.)

- आकलनात्मक पुनर्रचनेमुळे आपल्याला पूर्वसक्रिय आणि रचनेचा विचार करता कमी चिंताग्रस्तता असलेल्या नवीन दृष्टिकोनाची आणि मनोरचनेची रुजवणूक करण्यास मदत होते.

## प्रकरण ४ : आपल्याकडे फक्त वर्तमानच आहे

- जीवनाविषयीच्या अंतर्गत मानसिक बडबडीला आणि कथनाला अधिक महत्त्व दिल्यामुळे घबराट, काळजी, नकारात्मक चिंतन, चिंताग्रस्तता आणि अतिविचार या गोष्टी निर्माण होतात. या मानसिक बडबडी व कथनं ही नेहमीच आकलनात्मक विकृती, पूर्वग्रह, आभासात्मक अपेक्षा, भीती आणि निव्वळ अव्यवहार्यता यांनी भरलेली असतात. आपला मेंदू भूतकालीन किंवा भविष्यकालीन गोष्टींचा विचार करून तणावपूर्ण मानसिक गोष्टींना निर्माण करू शकतो. परंतु शांतता व प्रसन्नता या गोष्टी फक्त एकाच ठिकाणी मिळू शकतात. वर्तमान क्षण हे ते स्थान असतं.
- आपल्याकडे फक्त वर्तमान क्षण असतो. वर्तमानात समर्पण करा, त्याला स्वीकारा आणि त्यात शांत जागरूकतेनं राहा. मात्र, याचा अर्थ आपल्याला कृती करणं शक्य असलं तरी आपण निष्क्रिय राहिलं पाहिजे किंवा शरणागती पत्करून गप्प बसलं पाहिजे असा नाही. जर आपल्याला कृती करणं शक्य असेल तर ती जरूर केली पाहिजे. पण जर ती करणं शक्य नसेल तर समोर असलेल्या परिस्थितीचा स्वीकार केला पाहिजे. त्याबद्दल चिंता करण्याची किंवा नकारात्मक चिंतन करत राहण्याची काहीच गरज नसते. आपण धावपळ करून प्रत्येक गोष्टीवर नियंत्रण मिळवलं पाहिजे असं आपला मेंदू आपल्याला सांगत असला तरी चिंताग्रस्तता

आणि अतिविचार या गोष्टींमुळे प्रत्यक्षात समस्यांची सोडवणूक होत नाही किंवा आपल्याला कोणत्याही प्रकारे त्यांची मदत होत नाही हे लक्षात ठेवा.

- वर्तमान क्षणात, त्याच्याशी सुसंगती साधून निवांतपणे राहणं याचा अर्थ त्या क्षणाला विरोध करण्याऐवजी किंवा त्याच्याविषयी प्रतिक्रिया व्यक्त करण्याऐवजी, संयम, सहनशीलता, विनम्रपणा, विनोदबुद्धी, अनिश्चिततेविषयीची सहिष्णुता आणि लवचीकता यांचं पालन करून त्याला प्रतिसाद देणं असा आहे.
- वेदना किंवा यातना या अटळ, अपरिहार्य आहेत आणि क्षणभंगुरही आहेत. परंतु दुःख ही आपण त्या वेदनांविषयी किंवा यातनांविषयी व्यक्त केलेली प्रतिक्रिया असते. त्यामुळे आपण दुःखाला टाळू शकतो. वेदनेला किंवा यातनेला विरोध करून, तिच्याविषयीच्या कथा सांगून किंवा तिला पुनःपुन्हा भूतकाळात मागे खेचून नेऊन तिथेच तिला चिकटून राहून आपण दुःखाची निर्मिती करतो. शांत आणि सक्रिय लोक दुःखाचा स्वीकार करतात आणि त्याला तसंच पुढे जाऊ देतात. ते स्वतःला अनावश्यक दुःखात अडकवून ठेवत नाहीत.
- तुमचं भौतिक शरीर, तुमची पंचेंद्रियं आणि तुमची जागरूक जाणीव तुम्हाला ठामपणे वर्तमान क्षणात ठेवतात. तुम्ही शरीराच्या माध्यमातून स्वतःला वर्तमान क्षणात ठेवता त्या वेळी तुम्ही अन्यत्र राहण्याऐवजी आता आणि इथेच, म्हणजे वर्तमान क्षणातच राहू शकता. पुन्हा एकदा वर्तमान क्षणाशी संलग्न होण्यासाठी तुमच्या शरीराला सक्रिय करून, त्याच्या हालचाली करून (व्यायामासारख्या शारीरिक हालचाली) किंवा संवेदनात्मक ध्यान करून तुमच्या चंचल मनाला स्थिरचित्त आणि शांत करा.

**प्रकरण ५ : फक्त टोकाचे दृष्टिकोन नसतात**

- चिंता आणि अतिविचार या गोष्टी नेहमीच स्वतःचा, इतरांचा, परिस्थितींचा आणि प्रत्यक्ष जीवनाचा निवाडा करण्याच्या आपल्या प्रवृत्तीतून निर्माण होतात. जर आपण लेबल लावणं, टीका करणं,

'आपण विरुद्ध ते' असा विचार करणं आणि फक्त टोकाच्याच गोष्टींचा म्हणजे कृष्ण-धवल रंगातच कुठल्याही गोष्टीचा विचार करणं अशा आपल्या सवयी टाळल्या तर तणाव, चिंता किंवा काळजी या गोष्टी आपण कमी करू शकतो. त्याबरोबरच करुणेनं, समरसतेनं, दयाळूपणानं वागण्याच्या आणि स्वीकार करण्याच्या आपल्या क्षमतेत आपण वाढ करू शकतो.

- लोकांचा कमीतकमी प्रमाणात निवाडा करण्यासाठी स्मृतींना, कथांना, अन्वयार्थांना किंवा निवाड्यांना चिकटून राहण्याऐवजी त्या क्षणात लोक (आपल्यासह) खरोखरचे कसे आहेत त्यावर आपण लक्ष केंद्रित केलं पाहिजे. लोकांचं तात्पुरतं वर्तन हे त्यांच्या समग्र, अपरिवर्तनीय मूलतत्त्वासारखं नसतं.
- आपल्या निवाडा करणाऱ्या अंतर्गत कथनाला सोडून देण्यासाठी आपण 'फक्त वस्तुस्थितींकडे' आपलं अवधान वळवू शकतो. निवाडा व विभाजनवादी भाषा यांचा वापर केला नाही तर संघर्ष निर्माण होत नाही व जे काही असतं त्याच्या विरोधात लढा देण्याची गरजही उरत नाही याची जाणीवही आपण करून घेऊ शकतो. आपल्यामध्ये कोणताही संघर्ष नाही आणि जे परस्पर भिन्नत्व आहे, त्याच्याशी युद्ध करण्याची काहीच आवश्यकता नाही.
- काहीही गृहीत धरू नका, अन्वयार्थ लावू नका, अपेक्षा बाळगू नका किंवा मन वाचू नका. त्याऐवजी त्या क्षणात राहा आणि तो जसा आहे तसं त्याचं आकलन करून घ्या.
- आपल्यापैकी अनेक जण स्वतःचं मूल्यमापन करत राहतात, कारण आपल्याला काय असलं पाहिजे असं वाटतं त्याची प्रत्यक्षात काय असतं त्याच्याशी आपण तुलना करत राहतो. आपल्या आदर्श स्वत्वाची तुलना आपल्याला आकलन झालेल्या, अपुऱ्या स्वत्वाशी न करणं ही आत्मस्वीकृतीची आणि प्रसन्नतेची गुरूकिल्ली आहे. याचा अर्थ, आपल्या आदर्श स्वत्वाला सोडून देऊन आपण प्रत्यक्षात जसे आहोत तसा आपला स्वीकार करणं आवश्यक असतं. आपले अनुभव काहीही असले तरी त्यांची दखल घेऊन, निरीक्षण करून आपण त्यांच्याकरिता जागा तयार केली पाहिजे. यामुळे आपल्या मनात गाढ शांतता आणि

आत्मविश्वास निर्माण होतो आणि आपण यश, अहंकार किंवा आत्मप्रतिष्ठा याच्या पलीकडे जातो.

- अद्वैताची बौद्ध संकल्पना आपल्याला अशी शिकवण देते की, वास्तवाच्या भ्रामक वाटणीतून आणि विभाजनातून दुःखाची निर्मिती होते. अद्वैतात परस्परविरुद्ध गोष्टी असल्या तरी त्या एकमेकींशी युद्ध करण्याच्या स्थितीत नसतात. ज्या वेळी आपण जीवनातील संपूर्णतेची, अखंडतेची आणि इतर सर्व गोष्टींशी असलेल्या संलग्नतेची प्रशंसा करतो, त्या वेळी निवाडा करण्याकडे आपला कमी कल असतो. त्याबरोबरच चांगलं आणि वाईट या वर्गवारींत विभाजन करण्याकडे किंवा निश्चित मतांचं अगर विधानांचं प्रदर्शन करण्याकडेही आपला कमी कल असतो. आपल्याकडे फरक किंवा भिन्नत्व आणि अनिश्चितता यांना 'धारण' करण्याची क्षमता असते. आपण त्यांना विरोध न करता किंवा समस्या सोडवण्याच्या मार्गाकडे न वळता फक्त समजून घेतो.
- आपण निवाडा करत असल्याचं आपल्या लक्षात आलं, तर कमी विभाजनवादी भाषेचा वापर करून किंवा आपण म्हणजे ते लोकच आहोत असा तात्पुरता विचार करून, त्यांच्याकडे समरसतेनं पाहून आपण आणि इतर लोक यांच्यातील साधर्म्यांचा आपण सक्रिय शोध घेऊ शकतो. अशा प्रकारे, आपण निवाडा करण्याची ही प्रवृत्ती नाहीशी करू शकतो.

# अनुवादिका परिचय

**मीना शेटे–संभू**
मो. ९८८१०९८४२३

शिक्षण – एम.एस्सी. एम.फिल.(वनस्पतिशास्त्र), एम.जे.सी. (पत्रकारिता), एन.डी. (डॉक्टर ऑफ नॅचरोपथी) शाळा–महाविद्यालयात कबड्डीची राज्यस्तरीय खेळाडू. एम. फिल करत असताना कोल्हापूरच्या राजाराम म हाविद्यालयात दोन वर्षे लीव्ह व्हेकन्सीवर बॉटनी (वनस्पतिशास्त्र) विषयाची सीनिअर लेक्चरर म्हणून काम. दैनिक सकाळ (कोल्हापूर व पुणे)मध्ये २० वर्षे पत्रकारिता. शोध पत्रकारितेसाठी विविध रोटरी क्लबकडून सत्कार, सूर्यदत्ता इन्स्टिट्यूटचा पुरस्कार, स्वराज्य मित्र मंडळाचा जिजामाता पुरस्कार. 'पत्रकारितेतील स्त्री–पुरुष समानता' विषयावरील युरोपमधील चर्चासत्रासाठी आंतरराष्ट्रीय पत्रकार संघाकडून निवड. तेथील कामगिरीमुळे आंतरराष्ट्रीय पत्रकार संघाकडून दिल्ली, बेंगळुरू येथे झालेल्या त्यापुढच्या आंतरराष्ट्रीय चर्चासत्रांसाठीही निवड.

शिवाजी विद्यापीठात चार वर्षे पत्रकारिता विषयाच्या मानद प्राध्यापिका म्हणून काम. पत्रकार संघाच्या शोधनिबंध स्पर्धांमध्ये पारितोषिके. आकाशवाणी, दूरदर्शनच्या कार्यक्रमांमध्ये सहभाग. सन २०१०पासून आजतागायत विविध प्रकाशन संस्थांच्या १३३ इंग्रजी आणि ६ हिंदी अशा एकूण १३९ पुस्तकांचा आणि १७ इंग्रजी पुस्तिकांचा मराठीत अनुवाद.

सुमारे १५१हून अधिक पुस्तकांचे संपादन. स्वतंत्र १० पुस्तकांचे, तसेच ३ इंग्रजी ई पुस्तकांचे लेखन. 'वैद्य, हकीम आणि डॉक्टर' या अनुवादित पुस्तकाला नाशिकच्या सार्वजनिक वाचनालयाचा राज्यस्तरीय स्वातंत्र्यवीर वि. दा. सावरकर पुरस्कार. पत्रकारिता आणि अनुवाद क्षेत्रातील

कामगिरीबद्दल केंद्र सरकारच्या नेहरू युवा केंद्राचा आणि पं. नंदकिशोर कल्चरल सोसायटीचा पुरस्कार.

गुरू (कै.) पं. डॉ. सुजाताताई नातू यांच्या पदन्यास संस्थेत कथक विषयाचे तीन वर्षे अध्यापन. ज्येष्ठ नेते अण्णा हजारे यांच्यासाठी लोकपाल विधेयकाचे मराठीत भाषांतर. 'वनराई'च्या दिवाळी अंकांसाठी व इतर अंकांसाठी आणि अन्य संस्थांसाठीही गेली १५ वर्षे अनेक लेखांचा अनुवाद.

नुकतीच १६ जानेवारी २०२४ रोजी सखी सह्याद्री या सह्याद्री वाहिनीवरील कार्यक्रमात 'पत्रकारिता व अनुवाद' यासंदर्भात मुलाखत प्रसारित. १९ मार्च २०२४ रोजी ई-प्रसारण या ५० लाखांहून अधिक व्ह्यूअर्स असलेल्या आंतरराष्ट्रीय चॅनेलवर प्रामुख्याने अनुवादासंदर्भात मुलाखत प्रसारित. पुस्तकांच्या अनुवादाचे काम सन २०१०पासून अद्याप सातत्याने सुरू.